એક બાજની પ્રેમભરી ઉડાન...!

ફ્લાઈંગ મારવૅલ

Flying Marvel फ्लाइंग मार्वल

Dr.Brijeshkumar ડૉ બ્રિજેશકુમાર डॉ.ब्रजेशकुमार

BlueRoseONE.com
Stories Matter
NewDelhi • London

BLUEROSE PUBLISHERS
India | U.K.

Copyright © Dr.Brijeshkumar 2024

All rights reserved by author. No part of this publication may be reproduced, stored in a retrieval system or transmitted in any form or by any means, electronic, mechanical, photocopying, recording or otherwise, without the prior permission of the author. Although every precaution has been taken to verify the accuracy of the information contained herein, the publisher assumes no responsibility for any errors or omissions. No liability is assumed for damages that may result from the use of information contained within.

BlueRose Publishers takes no responsibility for any damages, losses, or liabilities that may arise from the use or misuse of the information, products, or services provided in this publication.

For permissions requests or inquiries regarding this publication, please contact:

BLUEROSE PUBLISHERS
www.BlueRoseONE.com
info@bluerosepublishers.com
+91 8882 898 898
+4407342408967

ISBN: 978-93-6452-883-2

Cover design: Beena
Typesetting: Sagar

First Edition: October 2024

સ્નેહલ અર્પણ..!

"વસુધૈવકુટુંબકમ્" વિચારનું ચરિતાર્થ જીવન દર્શન.

અને સમાજમાં તેની સ્થાપના માટે સતત પ્રયત્નવંત..!

સંવેદનશીલ અને ઋજુ હૃદયે જીવનારું દંપતિ.

એટલે

શ્રી ચંદ્રકાંતભાઈ પટેલ અને ભાવનાબેન.

પ્રયોજન સંસ્થાન અને

સહયોગ પેટ્રોલિયમ મોડાસાના..!

મારા પરમ સ્નેહી..પથદર્શકને,

"ફ્લાઈંગ મારવેલ" બાજ એક ઊડતી અજાયબી

પુસ્તક સમર્પિત કરું છું.

હું પણ એક બાજ છું..!

श्रीमद्भगवद्गीता

अध्याय १० विभूति योग

प्रह्लादश्चास्मि दैत्यानां कालः कलयतामहम् ।

मृगाणां च मृगेन्द्रोऽहं वैनतेयश्च पक्षिणाम् ॥१०-३०॥

भावार्थ : मैं सभी असुरों में भक्त-प्रहलाद हूँ, मै सभी गिनती करने वालों में समय हूँ, मैं सभी पशुओं में सिंह हूँ, और मैं ही पक्षियों में गरुड़ हूँ।

વિરાટ સૃષ્ટિનાં અસંખ્ય નિમિત્તોમાં આપણે પણ નાનકડું નિમિત્ત છીએ. આપણા ભાગે એક કામ હશે..એ કર્યે જ છૂટકો. જ્યાં સુધી કુદરતે નિયત કરેલાં મારાં કર્મો પૂરાં ન થાય ત્યાં સુધી ધરતી ઉપર હું અડીખમ ઊભો રહીશ.

'ફ્લાઈંગ મારવેલ' બાજના જીવન આધારિત કથા છે. એ બાજ મને ઘણું શીખવી ગયો. બાજ કુદરતના વૈવિધ્યનું એક ઉત્તમ પાત્ર છે. તેનું જીવન સંઘર્ષ ભર્યું છે. છતાં એ આનંદી છે.

મારા કથાનાયક બાજના મુખે આવાં વાક્યો સહજ મૂકાઈ ગયાં છે :

"અમે શીખનારાં છીએ. શીખનારાં છીએ એટલે જ ઊડનારાં છીએ. આસમાનમાં ઊડવું એ અમારું જન્મજાત કર્તૃત્વ છે."

"સૂરજને ઊગવાનું અને અમારે ઊડવાનું..!"

મને આ નવલકથા લખતાં અનુભૂતિનો આનંદ વિશેષ મળ્યો છે. જાણે હું પણ એક બાજ છું..! એવું અનુભવતાં જે ઘટના આકાર પામી તેમ લખે જતો હતો. મૂળ તો બાજના જીવનની બે-ચાર સનાતન સત્ય હકીકતને વાચા આપવાનું મારું કર્મ હતું. નિમિત્ત રૂપે મેં શબ્દ સહેલગાહ આદરી..! અને આમ 'ફ્લાઈંગ મારવેલ' એક ઊડતી અજાયબી કથા લખાતી ગઈ. પાત્રો જાતે ઊભાં થતાં ગયાં. મારા ચિત્તમાં આકાર સજતાં ગયાં. બાજની સંઘર્ષ કથાનાં પાત્રોનાં નામ પડે એ દિવસે હું ખૂબ રાજી થઈ જતો. બસ, આ ચમત્કારે મને પ્રેરણા આપ્યા કરી છે.

કથા વધતી ગઈ અને વિસ્તરતી ગઈ..! ક્યાંક જન્મ ક્યાંક વિદાય. ક્યાંક વળી મિલન રચાતું ગયું...ક્યાંક બીજાનો વિચાર અને ક્યાંક એકલતાની વેદના પ્રકટ થતી ગઈ..! દુઃખ અને પીડામાં કોઈ આનંદ થઈને પ્રવેશ કરે છે. ફરીથી જીવવા જેવું આકારીત થાય છે. ત્યાં મારા બાજને માંડ મળેલી હળવાશની ક્ષણો ગાયબ થઈ જાય છે.

ફરીથી બાજ ઊભો થાય છે. તેની જન્મજાત સંઘર્ષ યાત્રા શરૂ થાય છે. જીવનના છેલ્લા શ્વાસ સુધી અસ્તિત્વનો સહજ સ્વીકાર કરનારો બાજ આસમાનમાં ઊંચી ઉડાન ભરે છે. ઈશ્વર સામે ફરિયાદ કરતો નથી. ભૂલ સામે દિલગીરી વ્યક્ત કરે છે.

આ કથામાં કેસ્ટ્રેલ મારો નાયક છે. કથામાં તેની પરીવાર માટેની તડપન વાંચજો. તેની પ્રેમભરી ઉડાન વાંચજો. તેનો બીજા માટેનો સધિયારો વાંચજો. અને તેની પ્રિયતમા કેસીન માટેનો પ્રેમ વાંચજો. તેનું સાહસ

વાંચજો. એટલે એ છાતી ઠોકીને કહે છે : "હું આસમાનનો રાજા છું, હું એક બાજુ છું."

માત્ર પાંચ પ્રકરણમાં કથા પૂર્ણ થઈ જાય છે. પહેલું બીજુ અને છેલ્લું પાંચમું પ્રકરણ ખૂબ નાનું લાગશે. કારણ કહી દઉં...જન્મ અને મૃત્યુ વચ્ચેનો સંઘર્ષ જ મોટો હોય છે. એટલે સ્ટ્રગલ અને ફ્લાઈંગ પ્રકરણ મોટા છે. આપણી જીવનની ગતિ પણ કંઈક આવી જ છે.

પંખીનું અનુભવ જગત નાનું હોય એટલે તેના જીવનની ઘટનાઓ પણ ઓછી હોય છે. એટલે કૅસ્ટ્રેલની વાતોમાં સારું નરસું વારંવાર પ્રગટ્યા કરશે. એ સ્વાભાવિક રીતે તેના જીવનમાં ઘટેલી દુઃખદ ઘટનાઓથી ત્રસ્ત છે. પંખીની આ સ્વાભાવિક ક્રિયા ક્રિડાઓ જાણજો.

આખરે કથા વાંચ્યા પછી સૌને કશુંક અનુભૂત થાય..'હું પણ એક બાજ છું' તો મારો લેખન પ્રયાસ ચોક્કસ ઊંચી ઉડાન ભરશે..!

ચાહવું એ જીવન છે. ખુલ્લા આકાશને ચાહવાવાળા બાજને આકાશ જેટલું ચાહવાનો અધિકાર છે. આપણે સૌ આ અધિકારને ભોગવનારા બનીએ..!

મારાં સૌ પ્રેમનિમિત્તોને અઢળક વહાલ..!

આનંદમન.

ડૉ.બ્રિજેશકુમાર ચંદ્રરાવ.

દીપાવલી, ૩૧ ઓક્ટોબર ૨૦૨૪ સંવત ૨૦૮૦

યુગાબ્દ ૫૧૨૫

અરવલ્લી, ગુજરાત.

પાત્રો.

કેસ્ટ્રેલ અને કેસીન.

ફાલ્કન અને ફાલ્કા.

કિટલ, વેલોર અને સેન્ટી.

ફ્લાઈંગ મારવેલ..!

બાજના જીવનની વાસ્તવ કથા.

પંખીઓની અદ્ભુત રોમેન્ટિક દુનિયા.

પ્રકરણ

૧. બર્થ

૨. ટ્રેઈનીંગ

૩. સ્ટ્રગલ.

૪. ફ્લાઈંગ.

૫. વૉટ હૅપન

૧. બર્થ

મને છેલ્લી અકળામણ થતી હતી. તોડી ફોડીને બહાર નીકળી જવાની એ છેલ્લી મથામણ હતી. અને આખરે મેં એ કોચલાને તોડી નાખ્યું. કોચલામાંથી પહેલીવાર મારું માથું બહાર આવ્યું. મને ખૂબ અચરજ હતું. સરસરાતી પવન અને ચારેકોરના તેજમાં મારી આંખો મીંચાઈ ગઈ. મને થોડો ડર પણ લાગી ગયો. છતાં અંદરથી કશુંક ગમતું હતું. પહેલીવાર ન જોયેલી દુનિયામાં હું આવી ગયો હતો. એક સુંદર ઘટના હતી એ..! ઊંચે વિશાળતામાં આછેરો વાદળી રંગ છવાયેલો હતો. હું અચંબિત પણ ખરો. મારામાં જબરી કુતૂહલતા વધતી જતી હતી. આ બધાની વચ્ચે મને ખૂબજ ગમતું હોય તેવુંય અનુભવાતું હતું.

પર્વતની ટોચે ઘોસલામાંથી પહેલીવાર મારું ડોકું બહાર નીકળેલું. એ દિવસે અચરજ ભર્યો આનંદ હતો. એટલામાં આખા માળામાં અંધારું છવાઈ ગયું. મારી ઉપર કોઈ વિશાળતા પથરાઈ ગઈ હતી. એ પાંખો

હતી. મારા નાનકડા માળામાં થોડી ગરમી પણ જણાઈ. થોડીવાર તો હું ડરી ગયો. પણ આ તો એ જ હુંફ હતી. હું કોચલામાં પણ એ હૂંફથી તો વધતો હતો. એ હૂંફ મને ગમી હતી. અને આજે તો એક ગંધ પણ અનુભવાઈ રહી હતી.

મારો પહેલો પ્રેમ મા.

મારા માળામાં જે પાંખો ફેલાવીને બેઠી હતી એ 'મા' હતી. પહેલીવાર હું સુગંધ ભરેલી હૂંફથી આકર્ષાઈ ગયો. તેણે મારો ડર ભગાવી દીધો હતો. ધરતી ઉપર આંખો ખોલ્યા પછીનો મારો એ પહેલો ચહેરો. એ 'મા' હતી. ક્યારનીય મારા કોચલાને સાચવીને બેઠી હતી. આજે હું બહાર આવી ગયો છું. મારી મા ની પાસે હું આવી ગયો છું.

એનામાં'ય ફફડાટ હતો, થોડી વ્યથા પણ હતી. પણ હું બહાર આવ્યો તેનો તેને આનંદ પણ હતો. તેની હૂંફ આજે સુવાસિત થઈ માળામાં પ્રસરી રહી હતી. થોડીવાર તો એ બેસી જ રહી. હું ફરીથી કોચલામાં ભરાઈ ગયો હોય એવું મહેસૂસ કરતો હતો. પણ હવે મને સમજાતું હતું, મા નું આવરણ મારી ફરતે હતું. તેની વિશાળ પાંખોએ મને ઢાંકી દીધો હતો. 'મા' ના શ્વાસ થોડા હેઠા બેઠા. એટલામાં તેની પાંખ સહેજ હલી. થોડું અજવાળું થયું. મા પહેલીવાર મને જોઈ રહી હતી. અને હું પણ તેને પહેલીવાર જોઈ રહ્યો હતો. હવે ડર નામનું તત્ત્વ સહેજમાં હટી ગયું હતું. આનંદ હતો અને પથરાઈ રહી હતી શાંતિ અને મધુરતા. બસ, એકબીજા માટે અનહદ આકર્ષણ પેદા થઈ રહ્યું હતું.

મા મને ગમવા લાગી હતી. હું ફરીફરી તેને જોયા કરતો એ મને જોયા કરતી હતી. પાંખોની સોડમાં ભરાવી એકદમ કાળજીથી એ મને બહારની દુનિયાથી બચાવી રહી હતી. ક્યારેક તેના ચહેરે ખુશીની સ્પષ્ટતા ગાયબ થઈ જતી. તેના ચહેરે થોડી ચિંતા વર્તાઈ આવતી હતી. પણ મારી સામે જોયા પછી તેના ચહેરે ફરીથી ખુશી પ્રગટતી હું જોતો હતો. એ અદ્ભુત ક્ષણો હતી. જેમાં પહેલીવાર મા મને જુએ છે અને હું તેને જોઉં છું. હું દુનિયાના પહેલા સંપર્કમાં હતો. એમાં પહેલો સંગાથ મારી મા નો હતો...ખૂબ જ સુંદર સંગાથ..!

વિશાળતાની વચ્ચે અમે બે એકબીજાથી અનહદ ખુશી અનુભવી રહ્યાં હતાં. મને લાગ્યું હું મા જેવો જ છું પણ ખૂબ નાનકડો. અમારી સાથે સમય પણ હતો. તે પસાર થતો તેમ અમારી વચ્ચે અદૃશ્ય આકર્ષણ વધતું જતું હતું. મા વારેવારે ઉંચે આકાશમાં જોયા કરતી હતી. પર્વતોની ભેખડો વચ્ચે એ ડોકું ઊંચું કાઢીને જોયા કરતી. પછી મારી સામે જોતી હતી. એ બહાર નજર કરતી ત્યારે કશુંક શોધતી હોય તેવું જણાતું. સહેજ ચિંતાતુર બની જતી. પછી મને જુએ ત્યાં આનંદની લહેરખી છવાઈ જતી હતી. એ લહેરખી જાણે મને વધારે-વધારે તેની સોડમાં ભરાઈ જવા ખેંચતી હતી. મા ની એ સુંવાળી સોડ, તેની હૂંફાળી સોડ. તેની મારા તરફ જોવાની અમી નજરનો હું દીવાનો થઈ રહ્યો હતો. મારા શ્વાસમાં તેનો સહવાસ સ્થપાઈ રહ્યો હતો. એ વિશાળ આકારનું હું નાનકડું રૂપ હતો. હવે એ આકાર અને હું એક જેવાં લાગતાં હતાં. એ મારી હતી હું એકમાત્ર તેનો.

બીજો પ્રેમ આકાશ.

દિવસોએ વહેવાનું શરૂ કર્યું. ક્યારેક અપરંપાર અજવાળું અને ક્યારેક કાળું ભમ્મર અંધારું વ્યાપી જાય છે. ક્યારેક વળી જોરદાર પવન ફૂંકાય છે. થોડી વિચિત્રતા ભરેલા સમયે મા મારી પાસેથી સહેજ પણ ખસતી નથી. એ ઠંડીના દિવસો હતા. એટલે મા મારું વધારે ધ્યાન રાખતી હતી. મને સહેજ પણ દૂર જવા દેતી ન હતી. હવે મારી ચોંટેલી પાંખો સહેજ ખૂલવા લાગી છે. હું તેને થોડી ખોલું પણ છું. મા ની પાંખોની જેમ મારી પાંખો સહેજ પહોળી થાય છે. એ નવા અનુભવે હું રાજી થાઉં છું. પણ મા વધારે રાજી થતી હતી. હું પાંખો ફફડાવતો ત્યારે તો એ રાજીના રેડ થઈ જતી. હવે હું સમજતો કે મા મને થોડો માહેર બનાવવા માંગે છે. મા હજુ મને માળો છોડવા દેતી નથી. મારો ખોરાક લેવા થોડીવાર મને છોડીને ક્યાંક જાય છે. એ વેળાએ મને થોડી અકળામણ થાય છે. પણ હું ખુલ્લા આકાશને જોઈ સ્વસ્થ થઈ જાઉં છું.

એ રંગોની દોડાદોડ અજવાળાની ચમચમાહટ મને મનોમન આનંદ કરાવે છે. દોડીને રંગોમાં રમવાનું મન થઈ આવે છે. એ આકાશના રંગો ક્યાં જતા હશે.! મા કદાચ એ સુંદર વાદળોમાં ગઈ હશે. એ વાદળોની પેલે પાર ઉડતી હશે..! એક દિવસે મેં તેની પાસેથી જાણેલું કે આપણે આસમાનમાં ઉડનારાં છીએ. એ જાણ્યા પછી મને બીજો પ્રેમ આકાશ સાથે થયો. મારો પહેલો પ્રેમ મા અને બીજો પ્રેમ આકાશ. ત્યાર પછી તો મેં ઘણુંય નવું-નવું મા પાસેથી જાણ્યું હતું. હું પણ મારા અચરજને મા ની આગળ ઠાલવતો હતો. એ મારા અચરજને પોષતી હતી. હું ઘણું ઘણું શીખતો હતો. થોડુંક

મનોમન સમાધાન પણ મેળવતો. મારા એ સુંદર દિવસોમાં મારી મા અને આકાશ મારામાં છવાઈ ગયાં હતાં.

પર્વતોની ભેખડોમાં દિવસો વહી રહ્યા છે. અંધારા અને અજવાળાની રમત વચ્ચે હું અને મા આનંદિત છીએ. આકાશને અડીને આવતી હવાની સરસરાહટ મને રોમાંચિત કરે છે. મા ખોરાક મારી ચાંચમાં મૂકે છે. મા એ કોળિયામાં મને જીવવાના અભરખા પૂરા પાડે છે. મારી મા મારામાં જીવવાના શ્વાસ પૂરી રહી હતી. હું આ નાનકડી વારંવારની ક્રિયાથી મોટો થઈ રહ્યો હતો. ભૂખ શાંત થતી અને મારું શરીર વધતું જતું હતું. હવે તો હું દૂર સુધી આંટો પણ લગાવી શકતો હતો. ક્યારેક મા ની હાજરીમાં અને ક્યારેક એકલો હોઉં ત્યારે મારાં અચરજ ભર્યાં ડોકિયાં વધી જતાં હતાં. હું બધું જ જોઈ લેવા અધિરો થઈ જતો હતો. પણ થોડી બીક પણ લાગતી હતી. પડી જવાની કે પવનમાં ઊડી જવાની બીક..એવું સમજાતું નહીં પણ થોડી ગભરાહટ અનુભવાતી હતી. ફરીથી હું માળામાં ગોઠવાઈ જતો. મા આવે પછી પેલો ડર ક્યાંક ગાયબ થઈ જતો. મારામાં તાજગી અને હિંમત આવી જતી હતી. મા ની સોડથી હું ખૂબ જ ખુશ થતો અને મા પણ મને તેની સોડમાં ભરાવી ખુશ થતી..!

એક નવો સંગાથ.

એક સવારે મા ની સાથે એના જેવું જ બીજું કોઈ મારી પાસે આવ્યું. એ પણ મને જોઈ ખુશ જણાતું હતું. તેણે પણ મા ની જેમ મને જોયા કરવાનું અને ચાંચથી સ્પર્શ કરવાનું શરૂ કર્યું. એ બીજો સ્પર્શ પણ મને થોડોક ગમ્યો હતો. મા ની સાથે અનુભવાતું એવું જ અનુભવાયું. એ મા ની સાથે વાતો

કરતો હતો. મા કરતાં તેનું શરીર થોડું મોટું લાગતું હતું. તેની ચાંચ વધારે તીક્ષ્ણ જણાતી હતી. તેની ડોકમાં સફેદ પીંછાં કે રુવાંટી જેવું જણાતું હતું. તેના લીધે એ ખૂબ રૂપાળો પણ જણાતો હતો. એ મારી મા સાથે વાતો કરે છે. વાત કરતાં એ મા ને 'ફાલ્કા' કહે છે એવું લાગ્યું. મેં પહેલીવાર આ શબ્દ સાંભળ્યો હતો. મા પણ તેને મારા જન્મ અને જન્મ પછીની હરકતો સંભળાવતી હતી. મા તેને 'ફાલ્કન' કહેતી હતી. તેઓ એકબીજાની સાથે વાતો કરતાં. એ વખતે ખૂબ જ ખુશ જણાતાં. પછી તો કાયમ એ ત્રીજો સંગાથ અમારી સાથે જીવવા લાગ્યો હતો.

હું જોઉં છું ક્યારેક તેઓ મજાક-મસ્તી કરતાં. આમ-તેમ ઊડાઊડ કરતાં. તેમની આ પકડા-પકડીથી હું રાજી થતો. ક્યારેક તેઓ મારાથી થોડે દૂર બેસીને વાતો કર્યા કરતાં. ક્યારેક મારી પાસે આવી મને રમાડતાં. એ સ્પર્શ મને ખૂબજ ગમતો હતો. મા ની જેમ જ તેમનું નજીક આવવું પણ મને ગમવા લાગ્યું હતું. તેઓ આસમાનમાં ઊંચી ઉડાન ભરી નીચે આવતાં..એ હરકત જોઈ હું રીતસર ગેલમાં આવી જતો. સુંદર અવાજો સાથે તેઓ મારી પાસે આવી જતા. મા ના જેવી વહાલપથી હું તેમની નજીક જવા લાગ્યો હતો. મને સહજ એમના તરફ માન ઉપજવા લાગ્યું હતું. ધીમે ધીમે મને ખબર પડી તેઓ ફાલ્કન છે, મારા પા. અને મા મારી ફાલ્કા છે. હવે મને સમજાઈ રહ્યું છે એક જેવાં અમે ત્રણ થયાં છીએ. હવે મા અને પા ની સાથે હું ગમે ત્યાં જવા માટે તત્પર રહેતો હતો. પણ તેઓ મને દૂર ન લઈ જતાં. મારી કાયમની ભેખડથી થોડે દૂર સુધી જવાનું બસ. મારે ઊંચે ઉડવાનું પણ નહીં. થોડી પાંખો ફફડાવવાની છૂટ. થોડા પગ અધ્ધર થાય

પછી તરત પાછા ધરતી પર આવી જવાનું. આટલી હરકતે પણ હું ખૂબ જ ખુશ થઈ જતો હતો.

મેં થોડું જાણ્યું કે ફાલ્કન મારી મા કરતાં આકાશમાં ઉડવામાં ભારે માહેર છે. તેઓ શરીરથી પણ મા કરતાં વધારે શક્તિવાળા જણાતા હતા. મા મારી ચિંતા કરે ત્યારે તેઓ મને ઉડવા દેવાની છૂટ આપવાનું કહેતા હતા. મને બરાબર યાદ છે, હું સહેજ ઉડવાનો પ્રયાસ કરું કે, મા તરત મારી પાસે દોડી આવતી.

અને કહે : "હજુ તારે ઉડવાની વાર છે."

જ્યારે પા મને આવું ક્યારેય ન કહેતા. તેઓ કહેતા: "તારે ઉડવું છે ? જા..થોડું ઉડી આવ"

તેમના એ શબ્દો મારામાં જોમ પૂરનારા હતા. તેઓ મને તેમના જેવો શક્તિશાળી બનાવવા માંગતા હશે. તેમનામાંથી મને તાકાત મળતી હતી. હું ઉત્સાહ કેળવતો હતો. મને એવું લાગતું કે એક દિવસ હું'ય મા અને પા ની જેમ ખૂબ ઊડીશ. હું'ય વાદળોની પેલેપારની દુનિયામાં જઈશ. મારામાં ઊંચી ઉડાનની સંભાવના પૂરવાનું કામ ફાલ્કન કરતા હતા. મા પણ મને ઉત્સાહ આપે પણ થોડી ડરી જતી હતી. તેને મારી વધારે ચિંતા થઈ આવતી એવું મને લાગતું. ફાલ્કન તેને સમજાવતાં કહેતા કે; "ફાલ્કા એ બાજ છે, તું એને રોકી શકીશ નહીં. એક દિવસ તું પોતે જ તેને ઉડતાં શીખવવા પાગલ બની જઈશ. એ આપણું સંતાન છે. વિશ્વાસ રાખ તેની ઉડાનમાં..!"

આવી વાતો સાંભળીને મા હસી પડતી. મને તેની સોડમાં ખેંચી લેતી. હું'ય તેને બાજી પડતો હતો. મારી મા મારી ફાલ્કા અને મારા પા મારા ફાલ્કન. હવે મા અને પા નાં નામ મને બરાબર યાદ રહે છે. આ બે જણા મારું જીવન છે. હું કોચલામાંથી બહાર આવ્યો પછી તેમણે મને વહાલથી ભરી દીધો હતો. એ કોચલામાં મને કોણે પૂર્યો એ ખબર નથી. પણ બહારની દુનિયાનો મારો પહેલો પ્રેમ 'ફાલ્કા અને ફાલ્કન' મારી મા અને પા છે. એવું હું સ્પષ્ટ સમજી શકતો હતો.

મારું નામ.

એક ખુશનુમા સવારે અમે ત્રણેય બેઠાં હતાં. એ દિવસે મા અને પા કંઈ જુદો જ શબ્દ બોલી મને તેમની પાસે બોલાવ્યો. તેઓ વારાફરતી મને અવાજ લગાવતાં હતાં.

"કેસ્ટ્રેલ...કેસ્ટ્રેલ..!"

મને પહેલીવાર ખબર પડી. આજે મારું નામ કેસ્ટ્રેલ પડી ચૂક્યું હતું. મા અને પા નું નામ હતું તેમ હવે મારું પણ નામ હતું. અમે ત્રણેય એક જેવાં છીએ. પણ નામથી થોડાં જુદા પડીએ છીએ. નામ જુદાં હોવા છતાં અમને એકબીજા સાથે અઢળક ફાવતું હતું. હું એમને ખૂબ ગમતો હતો. અને તેઓ પણ મને ગમતાં હતાં. તેઓ મારી સાથે જ રહેતાં, મારી ચિંતા કરતાં. મને ચાંચમાં ખોરાક મૂકી આપતાં. એ મને ખવડાવતાં ત્યારે ખૂબ રાજી થતાં હતાં. સહેજ પવનનું જોર વધે તો રીતસરનો મને ઢાંકી જ દેતાં હતાં. તેમની વિશાળ પાંખો મારું છત્ર બની જતું. હું પવનની ઝાપટમાં ઉડી ન

જાઉં તેની ચિંતા કરતાં. એ વખતે મને યાદ તેમનું કહેલું આવતું. એક દિવસ તેઓ કહેતાં હતાં; 'મારે એટલે કેસ્ટ્રેલને આકાશમાં ઉડવાનું છે..!' તો તેઓ આવું કેમ કરતાં હશે ? ખબર નહીં ક્યારેક તો એ બંને મને પાગલ જેવાં લાગે છે. મારે ઉડવાનું જ છે તો રોકે છે શું કામ ? જે હોય તે કદાચ તેઓ કશીક રાહ જોઈ રહ્યાં હોય તેવું બને..!

હું તેમના જેવડો શરીરથી મોટો થઈ જાઉં તેની રાહ જોતાં હશે કદાચ..!

'ક્યારેક મને એવું'ય થાય છે કે, હું મોટો થઈ જાઉં પછી વજનદાર ન થઈ જાઉં ? પછી હું ઊડી કેવી રીતે શકું ?

તેના કરતાં અત્યારે હું નાનો છું એટલે સરસ ન ઊડી શકું ?!'

મને કંઈ સમજાતું નથી. છતાં મા અને પા સાથે મને ગમે છે. તેઓ બેઠાં હોય તેમની નજીક જ હું થોડું ઉડાઉડ કરું છું. એ હરકત મને ખૂબ ગમતી હતી. ક્યારેક તો હું તેમને ચીડવવા થોડું વધારે જોર કરું છું. પણ તેઓને મારી બધી જ હરકત સમજાઈ જાય છે. એટલે તેઓ હસી નાખતાં હતાં. હું શરમાઈ જતો હતો. આ બધું કરવામાં મને મજા આવતી.

ક્યારેક મને રમતો મૂકી 'મા અને પા' ઊંચી ઉડાન ભરતાં. હું તેઓને

જોઈ રહેતો હતો. તેઓ ઊંચે ને ઊંચે જઈ રહ્યાં હોય. હું ઊંચી ડોક કરીને જોયા કરું છું. પા આકાશમાં મારા જેવડા દેખાય છે.

"શું પા મારા જેવડા બની ગયા હશે !?"મને થઈ આવતું હું તેમના જેવડો જ છું તો હું કેમ ન ઉડી શકું ? હું માને પૂછું છું.

મા પા કરતાં જલ્દી પાછી આવી જતી. પછી હું તેની સાથે ફાલ્કનની ઉડાન વિશે વાતો કરતો. મારા મનમાં ઉઠી રહેલા સવાલ પૂછતો.

"મા, તું જો આકાશમાં."

"કેમ શું જોઉં ?"

"પા મારા જેવડા દેખાય છે." મેં કહ્યું

"તો શું ?"

"તો પછી હું'ય ઊંચે ઊડી જ શકુ ને ?"

"અરે ! તને કેમ સમજાવો.. કેસ્ટ્રેલ."

પછી મને તેની નજીક ખેંચીને કહેતી: "જો સાંભળ. ખૂબ ઊંચે જઈએ એટલે આપણે નાના ન થઈ જઈએ."

"તો મને કેમ એવું દેખાય છે. પા ખૂબ નાના થઈ ગયા છે."

"તને કેમ સમજાવવો કેસ્ટ્રેલ ?"

"એટલે આપણે ઊંચે જઈએ છતાં આપણામાં કંઈ વધઘટ ન થાય ?"

"હા, એમ. મા થોડી ખીજાઈ."

"મને એવું કેમ લાગે છે ?"

"હા ભાઈ, તું જે સમજે એ ખરું. આ ખાલી એવું લાગે છે, બસ."

હવે મારા પ્રશ્નો વધ્યા છે. મારામાં થોડી અધિરાઈ પણ પ્રગટી છે. મારે ઘણું ઘણું સમજવું છે. ક્યારેક મા મારા પ્રશ્નો સાંભળી હસે છે. ક્યારેક મૂક

બની જાય છે. એ મને કહે છે; "તું ખૂબ ડાહ્યો છે પણ થોડો પાગલ પણ છે મારા કેસ્ટ્રેલ..!"

મને હવે સમજાઈ રહ્યું છે. હું પેલા કોચલામાંથી હવે નવી જ દુનિયામાં આવી ગયો છું. અહીં ખૂબ વિશાળતા છે. ઘણું અવનવું છે. અહીં તેજ છે, ક્યારેક અંધારું પણ છે. વિશાળ આકાશની નીચે પર્વતો અને લીલાંછમ ખેતરો છે. દૂર વહેતી નદી એ અમારું કાયમી ઘર છે. મારી ફાલ્કા અને મારા ફાલ્કન મારી 'પ્રેમદુનિયા' છે. મારે પણ તેમની જેમ જ ઉડવાનું છે. વિશાળ આકાશમાં એક દિવસ હું પણ દમદાર ઉડાન ભરીશ. હા, હું થોડો મોટો થઈ જાઉં બસ..!!

૨. ટ્રેઈનીંગ

એક સવારે હું જોઉં છું તો મા અને પા આકાશમાં ખૂબ ઊંચે ઊડી રહ્યાં છે. ખુલ્લી પાંખે તેઓ નીચે આવે છે, ફરીથી પાંખોમાં હવા ભરે છે. અને ઊંચે ને ઊંચે ઉડતાં જાય છે. તેમની પાંખો ક્યારેક સ્થિર થઈ જતી હતી. તેમની મંદ ગતિ જાણે સ્થિર થઈ જતી હોય તેવું લાગતું. મસ્તીથી તેઓ આકાશમાં ઊડી રહ્યાં હતાં. જાણે તેઓ મને બતાવી રહ્યાં હતાં. હું'ય ખુશ થતો નિહાળી રહ્યો હતો. ક્યારેક બન્ને નીચે આવી પાંખોનો સ્પર્શ આપી ઉપર ઊડી જતાં.

મને વહાલ કરવા વારાફરતી તેઓ નીચે આવતાં જતાં. હું એકદમ રાજીના રેડ થઈ જતો. મા અને પા ની આવી હરકતો આજે પહેલીવાર હતી. મને પણ આનંદ ભર્યું અચરજ અનુભવાતું હતું. મારી અંદર કંઈક વિશેષ પ્રગટ થઈ રહ્યું હતું. આનંદ સમાતો ન હતો. એવાં ઉત્સાહનાં અડપલાં મારી અંદર વ્યાપી રહ્યાં હતાં. મને થોડોક ડર ભરેલો ઉત્સાહ ગમતો હતો. મારો

વિશ્વાસ વધે છે, હું થોડો મોટો થઈ જાઉં પછી ઊડીશ. પણ કોણ જાણે કેમ આજે કંઈક નવું થવાનું છે એવી અનજાન સ્થિતિ મનમાં ઉભરી રહી હતી.

મા અને પા એ લાંબો સમય આકાશમાં ઊડ્યા કર્યું. કદાચ મને જ દેખાડવા કે મારામાં જોમ પૂરવા કાજે..! ખબર નહીં આજે ફાલ્કન અને ફાલ્કાનું હેત મારા ઉપર વધારે વરસી રહ્યું હતું. આજે એવી સુંદર અનુભૂતિમાં છું. આજનો દિવસ ઉત્સાહને પ્રેરનારો જણાતો હતો. આજનું આકાશ મને જુદા જ રંગોવાળું જણાતું હતું. આજે આકાશ ઉપર પ્રેમ ઉભરાઈ રહ્યો છે.

થોડું મને યાદ આવે છે. જે દિવસે હું કોચલામાંથી ડોકું કાઢીને બહાર આવ્યો. તે દિવસે પણ કંઈક આવું જ અકળાવનારું અચરજ હતું. એકબાજુ ખુશી હતી પણ ડર ભરેલી ખુશી હતી. છતાં આજે કશુંક નવું ઘટી રહ્યું હતું. તેનો આનંદ મારામાં સમાતો નહોતો. જે હોય તે આજે મારી ભીતર નવા ઉત્સાહનું સંચરણ થઈ રહ્યું હતું.

આમ વિચારતો હું આકાશને તાકી રહ્યો છું. આજે મારી ઊડવાની ઈચ્છાઓ ઉછાળા મારી રહી છે. દોડીને કે ઊડીને મા અને પા પાસે પહોંચી જવાનું મન થઈ આવે છે. પણ હું હજી નાનો છું એટલે તેમ ન કરી શકું ને ? આવું વિચારી પાછો આકાશમાં નજર કરું છું. ફાલ્કન મને એકદમ નાનકડા દેખાય છે. મા હવે ક્યાંય દેખાતી નથી. કદાચ એ ખોરાકની શોધમાં દૂર ચાલી ગઈ હોય તેવું બને. હું એકીટશે ફાલ્કનની ઊંચી ઉડાન જોઈ રહ્યો છું. સાથે આવતીકાલનાં ઉડાનનાં સપનાં ગોઠવી રહ્યો છું. એક દિવસ હું પણ મારા ફાલ્કનથી ઊંચે ઊડીશ. તેઓ મને શાબાશ કહેશે. મને તેમની

સોડમાં તાણીને વહાલ કરશે. જોજો ને ! હું'ય ઊંચે ને ઊંચે આકાશમાં ખૂબ ઊડીશ.

એકદમ..એકાએક.

અને એટલામાં...!

આ શું થઈ ગયું ?

મને કોઈ ઉપાડીને આકાશમાં જવા લાગ્યું છે. મારી આંખો મીંચાઈ ગઈ છે. હું એકાએક થયેલા આવા હુમલાથી રીતસર ખૂબ ડરી ગયો. મારામાં વીજ કરંટની જેમ ફફડાટ વ્યાપી ગયો. આ શું થઈ રહ્યું છે ?મને કશું જ સમજાતું નથી. હું પર્વતની ટેકરીઓથી દૂર જઈ રહ્યો હતો. મને ગજબનો ડર લાગે છે. જાણે ડરે જ મને બાનમાં લઈ લીધો છે. મારી પાંખો બીડાયેલી હતી. કોઈએ મને જબરજસ્ત જકડી લીધો છે. હું મારું માથું ઊંચું કરીને જોઈ શકવા પણ શક્તિમાન નથી.

હે ભગવાન ! હવે શું થશે ? મારે બૂમો પાડવી છે. ફાલ્કા..ફાલ્કન..! મા..પા.. મને બચાવો. પણ હું કશું જ બોલી શકવા સમર્થ નથી.જાણે મારો અવાજ ગાયબ થઈ ગયો છે. ફક્ત વિચિત્ર ફફડાટ અનુભવાય છે. હું ઊંચે ને ઊંચે જઈ રહ્યો છું. પહેલાં તો મારી આંખો બંધ થઈ ગયેલી. પણ પછી સહેજ હિમ્મત કરી આંખો ખોલી હતી. નીચે હવે કશું જ સ્પષ્ટ દેખાતું નથી. બધે લીલુંછમ દેખાય છે. નદીઓ લીટી જેવી દેખાય છે. હજુ મને એ વધારે ઊંચે લઈ જાય છે. હું શું કરું? મને સમજાતું નથી. છૂટવાનો પ્રયાસ કરવાનું મન થયું પણ છૂટ્યા પછીના વિચારે મને વધારે ભયભીત કરી મૂક્યો.

મેં ઊંચે જવાની વાતને મનોમન સ્વીકારી લીધી છે.અસહાય થઈ ને હું એની પકડમાં લપાઈ ગયો છું. આંખ સહેજ ખોલીને જોઈ લઉં છું. હવે તો મા અને પા પણ યાદ આવતાં નથી. ખબર નહીં આજે મારું શું થવાનું છે ? કોચલામાંથી બહાર આવ્યા પછી જે આનંદ કર્યો હતો એ બધો જ આનંદ આજે બહાર નીકળી રહ્યો છે. આટલી બધી બીક મને ક્યારેય લાગી ન હતી.

હે ઈશ્વર ! મારી ફાલ્કાને મોકલોને..! હું મનોમન બબડતો રહ્યો હતો.

ફાલ્કન તમે ક્યાં છો ? તમે મારી કેટલી બધી ચિંતા કરતા હતા. જુઓને, આજે તમારો કેસ્ટ્રેલ ક્યાંક ફસાઈ ગયો છે. હું ક્યાં છું એ વિચારી શકવા અસમર્થ છું. પા આવોને, જુઓને મારી સાથે આ શું થઈ રહ્યું છે ? બસ, આવો બબડાટ કર્યા સિવાય મારી પાસે કશું જ ન હતું. આવું કંઈક વિચારતાં મેં આંખો મીંચી દીધી હતી. થોડીવાર એ જ સ્થિતિમાં રહ્યા પછી આંખ ખોલી. નીચે કશું દેખાતું નથી.

હવે હું વાદળોની વચ્ચે હતો. અહીં નીરવતા વધારે હતી. અહીંની શાંતિ અદ્ભુત હતી. ક્યાંય દૂર સુધી કોઈ પંખી દેખાતું નથી. ક્યારેક કોઈ તીણો અવાજ સંભળાય છે. મને ઉપાડી જઈ રહેલા શેતાનની પાંખોનો અવાજ સ્પષ્ટ સંભળાતો હતો. બાકી બધું જ શાંત હતું.

મારી વાદળોની પેલે પાર ઉડવાની કલ્પના જાણે હકીકત બની રહી હતી. અહીં થોડી ઠંડી પણ વધારે હતી. પણ ડરના માહોલમાં હું આ વાતાવરણનો આનંદ માણી શકતો ન હતો. હવે હું આકાશમાં છું એ સમજાયું પણ મારું શું થશે એ વિચાર ફફડાવી નાખે છે. આ વિચારે મારા

સમગ્ર મગજ ઉપર કબજો મેળવી લીધો. હવે હું બીજો કોઈ વિચાર કરવા પ્રયાસ પણ કરી શકતો નથી. શૂન્ય જેવા આકાશમાં હું પણ શૂન્ય જેવો જ થઈ ગયો હતો. અને..! અચાનક...તેની પકડ છૂટી ગઈ. એ શેતાને મને છોડી દીધો.

અરેરે ! આ વળી નવો ડર પેદા થયો. હવે હું નીચે ને નીચે આવી રહ્યો છું. આમતેમ ફંગોળાતો હું અવકાશમાં નિ:સહાય બની રહ્યો હતો. મારી પાંખો પણ મારા કાબુમાં નહોતી. પહેલી વાર ડર સાથે મારી આંખોમાંથી પાણી બહાર આવવા લાગ્યું. હું રીતસર રડી રહ્યો હતો. મને છેલ્લા કેટલાય સમયથી કોઈ પરેશાન કરી રહ્યું છે. હું કશું બોલી શકતો નથી. હવે માત્ર રડી શકું છું.

"ફાલ્કા..મા આવને..! મને તારી જરૂર છે. તારા કેસ્ટ્રેલને કોઈ ડરાવી રહ્યું છે. તું આવી જા ને !"

રડતો-કૂટાતો અને ફંગોળાતો હું નીચે આવી રહ્યો હતો. મારો પાંખ ખોલવાનો પ્રયાસ પણ નિષ્ફળ જઈ રહ્યો હતો. પાંખ મારા કહ્યામાં બિલકુલ નથી. મારી પાંખો કોઈ ખેંચી રહ્યું હોય તેવું દર્દ થઈ રહ્યું છે. મારું ડોકું પણ ફરી જતું હતું. મારા પગ સજ્જડ થઈ ગયા હતા.

હું શું કરું ?

હવે તો ફાટી આંખે બધું જોયા જ કરું છું. જમીન નજીક આવી રહી હતી. હું એકદમ પટકાઈ જઈશ. જમીન સાથે અથડાઈ મરીશ. મારી આંખોમાં

જોરદાર આંસુ આવી રહ્યાં છે. મારી સમજમાં કંઈ નથી. કેટલાય સમયથી હું ડર સાથે જ જીવી રહ્યો છું.

હું એકદમ નીચે હતો. જમીન ઉપર અથડાવાની તૈયારી હતી. અને ત્યાં ફરીથી હું પકડમાં આવી ઉંચકાવા લાગ્યો. મા આવી ગઈ હતી. તેના પંજાઓમાં હું ભરાઈ ગયો હતો. કેટલો બધો હાશકારો થયો મને..! મારી ફાલ્કા ખૂબ આભાર. તું આવી ગઈ. મને ક્યારનું'ય કોઈ પજવી રહ્યું હતું મા. મેં થોડી સ્વસ્થતા અનુભવી. મા મને થોડીવાર આકાશમાં ફેરવી નીચે લાવી. મને મા ની સાથે મજા આવી. મા ઊડતી હતી..હું તેના પંજાઓની જક્ડમાં હતો. હું ખરેખર રાજી થયો. તેની સાથે મને પળવારમાં રાહત થઈ. થોડીવાર પહેલાં બનેલું લગભગ ભુલાઈ જવા લાગ્યું. કારણ કે હવે મારી ફાલ્કા મારી સાથે હતી.

અમે બંને ઘર તરફ હતાં. ત્યાં ફાલ્કન અમારી રાહ જોઈ બેઠા હતા. મા ના પંજામાંથી હું બહાર આવ્યો. જેવો બહાર આવ્યો હું મા ને બાઝી પડ્યો. દોડતો જઈ ફાલ્કનના ગળે વળગી પડ્યો. મારો ડર હવે ગાયબ હતો. હવે તો મા અને પા બંને મારી પાસે હતાં.

મેં મારી સાથે બનેલી વિચિત્ર ઘટના તેમને કહી સંભળાવી. ઘટના નાની હતી પણ તેમાં ડરની વાતો વધારે હતી. મને કોઈ શેતાને પંજામાં જકડી લીધો, ઊંચે લઈ ગયો અને મને ફેંકી દીધો. પછી મા એ મને જમીન ઉપર પટકાતાં પકડી લીધો. હું બચી ગયો. બસ, ઘટના તો આટલી જ હતી. પણ તેમાં અનુભવાયેલો મારો ડર ખૂબ મોટો હતો. તેને વર્ણવી શકવા હું સહેજ નાનો હતો. થોડા શબ્દો શીખેલો હું કેવું વર્ણન કરું ? તેમ છતાં મારા ડરની

વાતો કરે રાખી. એ વિચિત્ર અનુભવે મને ખરેખરો પાગલ કરી મૂક્યો હતો. હવે એ સમય વહી ગયો હતો.

બીજો દિવસ.

મને બરાબર યાદ છે. એ દિવસે પણ હું પર્વતના શિખરે રમતો હતો. ડર સાથે થોડું ઊંચે જોયા કરતો હતો. ગઈકાલ જેવું ન થાય તેવું પણ વિચારી રહ્યો હતો. મારી નજર ચારે દિશાઓમાં ફરી રહી હતી. પણ હું સ્થિર બેસુ ત્યારે ત્રણ દિશાઓ ઉપર ધ્યાન રહેતું. પાછળ હું જોઈ શકતો ન હતો. આજે હું જાગ્યો ત્યારથી મા ન હતી. ક્યાંક ખોરાકની શોધમાં નીકળી પડી હશે..એવું વિચારતો હું ખુલ્લા આકાશને જોઈ રહ્યો હતો. સવારના સૂરજને માણી રહ્યો છું.

અને આ શું ? અરેરે..! મને પાછળથી ફરીથી કોઈએ પકડ્યો.

એ મને લઈ ઊડી રહ્યું છે. ગઈકાલની જેમ જ મને દબોચી દીધો હતો. હું ઊંચે ને ઊંચે જઈ રહ્યો છું. પણ આજે ગઈકાલ જેટલો ડર લાગતો નથી. કારણ કે આ બીજીવારની ઘટના હતી. હવે મને ખબર હતી, એ મને ફેંકી દેશે. થોડીવાર હું હવામાં તરતો રહીશ. પછી મારી ફાલ્કા આવીને મને બચાવી લેશે. મને મા ઉપર જબરો ભરોસો હતો. એ જરૂર આવી જશે.

આજે હું ઝડપથી ખૂબ ઊંચાઈએ આવી ગયો છું. આજે થોડો ડર ઓછો થયેલો એટલે હું આંખો ખુલ્લી રાખી બધું જોઈ રહેલો. મેં જોયું આકાશમાં થોડે દૂર કોઈ ઊડી રહ્યું હતું. કદાચ એ મા હશે કે ફાલ્કન ? હું માત્ર વિચાર કરી શકું છું.મને એવી રીતે જકડી લેવાતો હતો કે હું સહેજ પણ હલી ન

શકું. ઉપર પણ જોઈ ન શકું. હવે એવું લાગે છે કે મને ઊંચકી ને ઊડી જનારું અમારું દુશ્મન હશે..! તેને અમે પસંદ નહીં હોય. એટલે જ એ આવું કરતો હશે. આજે તો હું મા ને બધું જ કહી દઈશ. આવું રોજ થશે તો મારું શું થશે ? આમ વિચાર કરું છું. અને અચાનક પકડ છૂટી..!

હું રફતારથી નીચે આવવા લાગ્યો. ફરીથી મારી સ્થિતિ ગઈકાલના જેવી હતી. આજે એક વાત નવી હતી. મારી પાંખો થોડું મારું કહ્યું માનતી હતી. મારો ભરોસો વધી રહ્યો હતો. હું આજે એકદમ પટકાઈશ નહીં. થોડું ધીમેથી પટકાઈશ એટલે મને વાગવાનું નથી. એક ભય ઓછો થયો. આજે પાંખોનો થોડો સહારો મળતો હતો. નીચે લાવતી સડસડાટ ગતિ કાબૂમાં હતી. આજે ડર સાથે જીવવાનું થોડું રાહત ભર્યું લાગતું હતું.

જેવો હું નીચે આવું છું...ત્યાં માએ મને પકડી લીધો. થોડુંક ઊંચે ઉડીને તેણે મને ઘરે પહોંચાડી દીધો. મા તરત તેના કામમાં લાગી ગઈ. આજે મને કેમ એવું લાગે છે કે મા દૂર બેઠી આ બધું જોતી હોય..? મારા જમીન પર પટકાવાના સમયે એ આવી જાય છે, મને બચાવી લે છે. હું મા ને પૂછું છું પણ મા કશું જ બોલતી નથી. ફક્ત મને વહાલથી ખવડાવે છે. તેની સોડમાં ખેંચીને વહાલ કરે છે. તે મૌન થઈ આવું વર્તન કરે છે. મને પણ તેનું આવું વર્તન અજુગતું લાગે છે. ક્યારેક મને એવું પણ લાગે છે કે મા મારાથી નારાજ છે. એ મારી સાથે ખૂબ ઓછું બોલતી હતી.

હું બહાર ખુલ્લામાં બેસી રહું છું અને કોઈ આવી મને પરેશાન કરે છે. મને બચાવવા તેને દોડવું પડે એટલે કદાચ એ મારા ઉપર ગુસ્સામાં હશે. પણ

મને કંઈ ચિંતા નથી. મારી ફાલ્કા, મારા ફાલ્કન છે ને..! મારું કોઈ કશું જ બગાડી લેવાનું નથી.

રાત પડી છે. મા અને પા મારાથી દૂર બેઠાં હતાં. કદાચ તેઓ મારી જ વાતો કરી રહ્યાં હોય. મને કોણ પરેશાન કરતું હશે એ શોધતાં હશે. તેઓને મારી ખૂબ જ ચિંતા છે. તેમના ચહેરે એ સ્પષ્ટ દેખાય છે. આજે તેમની વચ્ચે હસાહસ કે પકડાપકડી ન હતી. તેઓ શાંત બેસીને વાતો કરતાં હતાં. કોઈ ગંભીર વિચાર કરતાં હોય એવું'ય લાગતું હતું. મને બચાવવાની કોઈ યોજના બનાવી રહ્યાં હોય..! જે હોય તે પણ હું નિશ્ચિંત છું. મા અને પા મને જરા પણ ખરોચ આવવા નહીં દે..! ખાતરી છે તેઓ મને ખૂબ જ ચાહે છે.

દિવસ બદલાયો.

એ દિવસે ફરીથી સુંદર સૂરજદાદા પર્વતોની પેલે પાર ઊગે છે. કૂણો તડકો મારા આખાય શરીરને તાજગીથી ભરી રહ્યો છે. સવારની ખુશબો અને ઠંડાઈ મને ઉત્સાહ આપી રહી છે. જાણે એ મને કહે છે: "કેસ્ટ્રેલ..ઉડને..જા..આકાશમાં એક જોરદાર ઉડાન ભરી દે..! જો બધાં જ ઊડી રહ્યાં છે. તું'ય ઉડને..!" હું થોડો જોશમાં પણ આવી જતો. થોડું ઊંચે થઈ ઉડવાનો પ્રયાસ પણ કરું છું. પાંખોને ખોલીને હવા ભરવાનો પ્રયાસ કરી રહ્યો હતો.

અને.. અચાનક જ ફરીથી હું પેલી જકડનમાં આવી ગયો હતો. હું એ વિચિત્ર ઘટના ભૂલવા પ્રયત્ન કરું છું. ત્યાં આ ફરીથી. ગઈકાલની જેમ જ..! આ રોજનો ક્રમ બની જશે કે કેમ ? હું ફરીથી પેલા દુશ્મનના

પંજાઓમાં કેદ થઈ ગયો હતો. હવે તો થોડી હિંમત કરી છૂટવાનો પ્રયાસ કરું છું પણ છૂટી શકાતું નથી. મને થતું કેટલી જોરદાર પકડ છે આ નાલાયકની..! મારી ક્ષમતા હોત તો હું તેને જ મારા પંજાઓમાં પકડી મા પાસે ખેંચી જતો. અને ફાલ્કન પાસે ખૂબ માર ખવડાવતો. પણ હું અત્યારે નાનો છું ને..!

દિવસે દિવસે ડર થોડો ઓછો થવા લાગ્યો હતો. સાલુ, આ તો રોજનું બની ગયું છે. રોજ મારે આમ અચાનક પકડાઈ જવાનું. અને ઊંચેથી પટકાઈ જવાનું. મને આ વિચારવું પણ ગમતું નથી. આજે તો મા ને કહી જ દેવું છે. મને આ ચુંગાલમાંથી હવે છોડાવ. મારે રોજ ડરમાં જીવવાનું એ ઠીક નથી.

કાલની જેમ એ જ પાંખો ફફડાવાનો અવાજ..! ઊંચી ઉડાન અને ઠંડો પવન. પગના પંજાઓની જકડન અને ક્યારે ફેંકાઈ જઈશ એવો ડર..! આવું બની રહ્યું છે મારા જીવનમાં..! આવા કૈંક વિચાર કરતો હતો ત્યાં ફરીથી પંજાઓની પકડમાંથી છૂટું છું. થોડીવાર હવામાં તરતો રહું છું. તે દિવસે તો મારી પાંખો પણ સરસ રીતે ખૂલી હતી. હું ધીમેથી નીચે આવી રહ્યો હતો. એક બેવાર તો મેં પાંખોથી ઊંચે ઊડવાનો પ્રયાસ પણ કર્યો. હું થોડો સફળ પણ થયો. મને આનંદ થયો. હું પણ ઊડી શકું છું. મને પહેલીવાર અનુભવાયું કે હું મોટો થઈ રહ્યો છું. થોડો ડર, થોડી ખુશી અને થોડો ગુસ્સો આ બધું જ ભેગું થઈ ગયેલું એ દિવસે. છતાં રોજ કરતાં આ દિવસ સારો હતો. આજે મારા મનમાં નિર્ધાર ફરકતો હતો. આ રોજની કડાકૂટ માંથી બચવા કંઈક તો કરવું જોઈએ.

હું નીચે ને નીચે આવી રહ્યો છું. અને સામેથી મા આવે છે. એ જ વહાલપથી તેણે મને પકડી લીધો. હવે તો હું વધારે સુરક્ષિત હતો. મા મારી સાથે હતી ને એટલે. હું બધું કહેવા લાગ્યો. રીતસર એકસામટું બબડી રહ્યો હતો. "મા તું છેલ્લે આવે છે. જ્યારે હું પકડાઈ જાઉં છું ત્યારે નથી આવતી. એ દુશ્મનના હુમલાથી હું કેટલું બધું ડરી જાઉં છું. તું એ વખતે ક્યાંય દેખાતી નથી. અને હું જેવો જમીન ઉપર આવવા લાગું છું, પટકાવા જતાં જ તું ત્યાં આવી જાય છે. તને મારી ચિંતા નથી મા ? હું થોડો ગુસ્સામાં પણ આવી ગયો હતો. મા કશું જ બોલ્યા વગર મને ઘરે લઈ ગઈ. હું એકલો બબડતો રહ્યો એ માત્ર સાંભળતી રહી. ઘરે ગયા પછી એ તેના કામમાં લાગી ગઈ. ફરીથી એ મૌનમાં જ હતી.

એકલા ફાલ્કન મારો બકવાસ સાંભળી રહ્યા હતા. તેઓ કંઈક કહેવા માંગતા હતા. પણ મા એ ઈશારો કરી તેમને અટકાવી દીધા હતા. આ લોકોનું વર્તન મને થોડું વિચિત્ર લાગતું હતું. હવે તેઓ ખૂબ જ ઓછું બોલતાં હતાં. મારી સાથે વધારે ચર્ચામાં પણ ન ઉતરતાં. ખબર નહીં મારા ફાલ્કન અને ફાલ્કા આમ કેમ કરે છે ? તેમને શું થયું હશે !?

આજની રાત ખૂબ જ શાંત હતી. સુંદર ચાંદની આકાશે શોભી રહી હતી. તેજની કુહારમાં આકાશ પણ શોભતું હતું. તારાઓનું સૌંદર્ય ચાંદનીની આભાને વધારે નિખાર આપતું હતું. હું જાણે આકાશના પ્રેમમાં પડી રહ્યો હતો. મને આકાશ ગમવા લાગ્યું હતું. મારામાં ઉડવાના કોડ જાગી રહ્યા હતા. પણ હજુ સુધી હું બરાબર ઉડ્યો ન હતો. આ'તો હું અકસ્માતે પેલા દુશ્મનના કારણે આકાશમાં ખેંચાયો હતો.

જે હોય તે મને તેનું આક્રમણ પણ ગમવા લાગ્યું હતું. તેના લીધે તો મારામાં ઉડવાની ઉમેદ જાગી હતી. હવે ધીમે ધીમે પેલા દુશ્મન માટે મારામાં કશોય કલેશ ન હતો. મને મનોમન કહેવાનું થયું. "જા ને ભાઈ, તું'ય જે કરવા માંગતો હોય તે. પણ મને એક જોરદાર અનુભવ મળ્યો છે. તેનાથી હું ગજબનો ખુશ છું. મેં એ દુશ્મનને બરાબર જોયો પણ નથી. એટલે એ કોણ છે તેની મને ખબર નથી. હવે એ અનજાનને મારે શું કામ કડવું કહેવું ? ઈશ્વર ! તેનું પણ ભલું કરે. કારણ કે તેણે મારામાં ઉત્સાહ ભર્યો છે. તેનો આભાર કહી દઉં. અને હું આકાશની સામે જોરજોરથી બોલું છું...આભાર દુશ્મન..આભાર..!

પછીના દિવસે.

એ વહેલી સવાર પણ મને બરાબર યાદ છે. હું ફાલ્કનની બાજુમાં બેઠો છું. આજે મને પેલા અચાનક હુમલાની જરાય ચિંતા નથી. ફાલ્કન છે ને..! અને એકાએક પાછળથી મને ફરીથી કોઈએ ઊંચક્યો. હું તેના પંજાઓમાં ચપોચક બેસી ગયો. અરે ! મારા ફાલ્કને મને બચાવવાનો પ્રયત્ન પણ ન કર્યો. મને ગુસ્સો આવ્યો ફાલ્કન ઉપર પણ હવે શું એ મને ઊંચે લઈ જતું હતું.

મેં એકદમ આંખો મીંચી દીધી. હવે ડર ન હતો. અને ફેંકાઈ જવાની ચિંતા પણ ન હતી. એટલે મેં એને જાણવા આંખો બંધ કરી. તેને મહેસૂસ કરવાનું શરૂ કર્યું. કોણ છે આ ?

સહેજ શાંત બનતાં મને થોડી પરિચિત ગંધનો અહેસાસ થવા લાગ્યો. એ પાંખોની હવામાં મને થોડું વહાલપ અનુભવાયું. એકદમ હું કહી શકતો નથી પણ એ ખૂબજ નજીક જીવનારું હોવું જોઈએ. શું એ મારા ફાલ્કન હતા ? ના, તેઓ તો મારી આગળ બેઠા હતા. મને તો પીઠ પાછળથી ઊંચકી લેવાયો હતો. મને થોડી નિરાંત થવા લાગી. આજે ફેંકાયા પછી તેની પાછળ પડવું છે. કોણ છે એ. આજે જાણી જ લેવું છે. જે બનવાનું હોય તે બને આજે હું પાછો પડવાનો નથી.

"હે ! મારી પાંખો તમે તૈયાર રહેજો. અને અચાનક હું ફરીથી હવામાં ફેંકાયો. એ જ વખતે મેં જોર કરીને ઉડવા માંડ્યું. હું તેની સાથે ઊડવા લાગ્યો. તેને તાકીને જોવાનું મારું કામ હતું. તેને ઓળખવાનું કામ મારે પહેલું કરવાનું હતું. હું તાકાતથી તેની સાથે ઉડવાનો પ્રયાસ કરું છું. સહેજ નજીક પહોંચું છું તો એ દૂર જવા લાગે છે. મેં ફરીફરી નજીક જવાનો પ્રયાસ છોડ્યો નહીં. અને અચાનક મને તેની ઓળખનો ઝબકારો થયો. હું અચંબિત હતો.

એ મા હતી...મારી ફાલ્કા હતી.

હું સહેજ ઉડાન ચૂકીને વિચારમાં જ પડી ગયો. હું ઢીલો પડી ગયો.

મા આવું કેમ કરે ? તે મારી આગળ ઉડતી ઉડતી ઘર તરફ જઈ રહી હતી. એ પણ જાણી ગઈ હતી કે મેં તેને ઓળખી લીધી છે. પણ આકાશમાં હું તેને પકડી શકતો ન હતો. એ દૂર દૂર ઉડ્યા કરતી હતી.

આખરે તેની પાછળ હું ઘરે પહોંચ્યો. એ મારા ખોરાકની વ્યવસ્થામાં લાગી હતી. ફાલ્કન પણ ઘરે જ હતા. થોડી શાંતિ છવાઈ હતી. કોઈ કશું જ બોલતું નહોતું. મેં મા ની સામે જોયા જ કર્યું. ફાલ્કાને તેના કર્યાનો પસ્તાવો ન હતો. મેં બોલવાનું શરૂ કર્યું. લગભગ બૂમો પાડવા જેવું જ. ગુસ્સામાં હું લાલઘૂમ થઈ ગયો હતો.

"મા મને કેમ ડરાવો છો ?"

"હું કેટલાય દિવસથી અચાનક થતા હુમલાથી કેટલો ડરી ગયો છું ?" "મા તને મારી ચિંતા થતી નથી કે શું ?"

પણ સામેથી કોઈ જવાબ આવતો નથી. ફાલ્કન પણ મને જોઈ રહ્યા છે. તેઓ પણ કશું જ કહેતા નથી. મેં ફરીથી બૂમબરાડા કરી મૂક્યા. ફાલ્કા મારી મા એટલું જ બોલી: "તારે ખૂબ ઊંચે ઉડવાનું છે..!"

ફાલ્કને પણ થોડા શબ્દોમાં સૂર પૂરાવ્યો."હા, કૅસ્ટ્રેલ તારે આસમાનમાં ખૂબ ઊંચે ઉડવાનું છે."

બસ, આટલો જ જવાબ. બે વ્યક્તિઓનો એક જ જવાબ "તારે આકાશમાં ખૂબ ઊંચે ઉડવાનું છે." બસ, આ સાંભળીને હું એકદમ શાંત બની ગયો હતો. હું પણ બોલતો અટકી ગયો. મેં પણ દૂર જઈ મૌન ધારણ કરી લીધું. છતાં વિચારોનો ચકરાવો વધારે હતો. મારી ફાલ્કાની આ હરકત મને સમજાતી નહોતી. કેટલાય દિવસથી પોતાના નાનકડા બચ્ચાને ખુદ પરેશાન કરી રહી હતી.. કેમ ? ખરેખર કમાલ છે. હું કોને જઈને પૂછું ? મા તો રીસાઈ છે. ફાલ્કન તો ચૂપ છે. મને જબરી અકળામણ થતી. જે લોકો

મારી અઢળક ચિંતા કરતાં એ જ મને ઊંચકીને ફેંકી દે છે..! અને બચાવવા પણ તેઓ આવી જાય છે. ખૂબ જોરદાર છે આ. મારી તો સમજની એકદમ બહાર છે ભાઈ...!

એ રાત મારા માટે છેલ્લી હતી. જેમાં હું ઊડી શક્યો નથી તેવી વાત હોય. આવનારો દિવસ મારા માટે પ્રતિબદ્ધતા લઈને આવશે. મા અને પા ની એ વાત.."તારે આકાશમાં ખૂબ ઊંચે ઉડવાનું છે." આ શબ્દો મેં ગાંઠે બાંધી દીધા હતા. "હું ઊડીશ જરૂર ઊડીશ" છતાં પણ મને હજુ પેલી વાત સતાવે છે. મારી ફાલ્કા અને ફાલ્કન ખુશ કેમ નથી દેખાતા ?

કેટલાય સમયથી તેઓ ફરજ નિભાવી રહ્યાં છે. મને પ્રેમ કેમ નથી કરી રહ્યાં ? હું ખરેખર દ્વિધામાં છું. તેઓ મને ઉડતાં શીખવવા માંગે છે એ બરાબર છે. પણ પછી ઉદાસ કેમ થઈ જાય છે. મારી સાથે વાત કેમ નથી કરતાં ? અને બોલે છે તો ફક્ત કામ પૂરતું જ..! આ મારી સમજશક્તિ બહારની વાત જણાતી હતી.

"શું હું ઊડીશ પછી એ રાજી થશે ?

એ રાતનો ઉજાસ મેં મનભરીને પીધા કર્યો. મારામાં અજબનો ઉત્સાહ સંચરણ કરી રહ્યો હતો. હું અંદરથી એકદમ જવાબદાર બનવા તરફ જઈ રહ્યો હતો. સાથે વધારે સમજ કેળવવા તૈયાર થઈ રહ્યો હોય તેવું લાગતું હતું. મારે પણ હવે ખૂબ સમજવું છે. ધીર થઈને વિચાર કરવો છે. મારી ફાલ્કા અને ફાલ્કનને રાજી કરવાં છે. તેમનો ઈરાદો ખૂબ સુંદર હતો એ મને બિલકુલ સમજાઈ રહ્યું છે. પણ તેઓની ઉદાસી કેમ ? તેઓ મારી સાથે પહેલાંની જેમ બેધડક કેમ નથી ? એ મારે જાણવું જ રહ્યું.

જે હોય તે હવે તેમના ચહેરે ખુશી લાવવાનું કામ મારું છે. બસ, આ રાત્રીનો ઝળહળાટ મને શીખવી રહ્યો છે. તારે પણ ઝળહળવું પડશે. અને હું પણ સંકલ્પના બંધનો સ્વીકારી રહ્યો હતો. એ રાત ક્રાંતિને આકારિત કરી રહી હતી. નિર્ધારને પોષિત કરી રહી હતી.

"મારે ઊડવાનું છે તો ખરું જ...પણ મા અને પા ના ચહેરે ખુશી છવાઈ જાય એવી ઉડાન ભરવાની છે."

"હે ! ખૂબસૂરત ચાંદ તું મારા સંકલ્પનો સાક્ષી છે. જો જે ને..! તું પણ આવતીકાલે મારાથી જરુર ખુશ થઈશ. તું મારા માટે તારી શીતલતાનો હાથ લાંબો કરીશ."

હે ચમકતા મારા ભાઈબંધ તારલાઓ..! તમારી ચમક કાલે વધારી દેશે આ તમારો દોસ્ત. જોજો ને, તમને'ય મારી પાસે રમવા ઉતરી આવવાનું મન થઈ આવશે. હું'ય કેસ્ટ્રેલ છું. હું પણ મારી ફાલ્કા અને ફાલ્કનનો બેટો છું. હું કેમ પાછો રહું..! આ તો મને ખબર ન હતી કે હું હવે મોટો થઈ ગયો છું. મારા તો નાનકડો રહેવાના જ ઓરતા હતા. પણ હવે મોટા થવું જ પડશે. મા અને પા ના જેવડા મોટા..! અને તેમના જેવું ઉડવા માટે મોટા થવું જ પડશે.

એ આખરી રાત મારી સાથે ખૂબ જાગી. તારલાઓ કાન દઈને મારી વાતો સાંભળી હતી. ચાંદાજી પણ ધ્યાન દઈને એકીટશે મને જોયા કરતા હતા..! એ આખરી રાત હતી. આવતીકાલનો સૂરજ મને મોટો બનાવી દેશે. આજે છેલ્લી રાત હતી. જેમાં હું નાનકડો કેસ્ટ્રેલ હતો.

હવે હતા ઉમંગના દિવસો.

પાછલી રાત થોડા ઉજાગરામાં વહી હતી. બીજા દિવસનો સૂરજ જરા વધારે ઉત્સાહી જણાયો. હજુ એ અમારી ટેકરીઓ ઉપર પહોંચ્યો નહોતો. એ દૂરના પર્વતોની પેલી પાર દેખાતો હતો. હું ખૂબ જ વહેલો જાગી ગયો હતો. એ નવા દિવસે મારે કંઈક નવું કરવાનું હતું. આજે મારે ઉડવાનું હતું. હું એક ખૂબ જ ઊંચી ટેકરી પર ચડ્યો છું. અહીંથી બે ડુંગરોની ખીણ ખૂબ જ ઊંડી જણાતી હતી. અને તળેટીએ પહોંચતાં ઘણીવાર લાગે તેમ હતું. મેં ગઈકાલે જ નક્કી કર્યું હતું કે ખૂબ ઊંચી જગ્યાએથી નીચે ઝૂકાવવું. અથવા તો ઊંચે જવાનું શરૂ કરવું. આજે જે થાય તે..કાં તો ખીણમાં પટકાવા નીચે પડવાનું કે પર્વતના ઊંચા શિખરેથી ઊડવાનું શરૂ કરવાનું.

મેં હિંમત એકઠી કરી. મારી વહાલી ફાલ્કા અને ફાલ્કનને યાદ કર્યાં. ફેફસામાં થોડા વધારે શ્વાસ ભરી લીધા. પાંખોને ઉડાનની સજ્જતા માટે ફફડાવી દીધી. હું જોશમાં આવી રહ્યો છું. હવે હું ઉડવા સક્ષમ હોય તેવું લાગી રહ્યું હતું. મેં આકાશ તરફ નજર કરી. પછી નીચે તરફ નજર ફેંકી. આંખોને ચારેકોર થોડી ફેરવી અને જોરદાર છલાંગ લગાવી. મારી બધી જ હિંમત એકઠી કરેલી એ છલાંગ હતી. છલાંગની સાથે મારી પાંખોએ કામ આપવાનું શરૂ કર્યું. હું નીચે જવાને બદલે ખીણની બહાર આવી રહ્યો હતો. મેં જે ટેકરી પસંદ કરી હતી તેને છોડીને હું હવે ઊંચે ને ઊંચે જઈ રહ્યો હતો.

આજે મારો ઉત્સાહ સાતમા આસમાને હતો. અને હું મારા ગમતા આસમાનમાં..! ખૂબ જ મજા પડી રહી હતી. થાક જેવું સહેજ પણ ન હતું.

હતો ફક્ત પહેલી ઉડાનનો આનંદ..! થોડીવારે હું પાંખોને ખુલ્લી મૂકી દેતો. ઈચ્છા મુજબ સહેજ દિશા બદલીને નીચે આવતો. આ જોરદાર અને જોશદાર અનુભવ હતો. હું ખૂબ જ ઘેલમાં આવી ગયો હતો. આજે એક બાજની ઉડાનનો ઉદ્ભવ ઉત્સવ હતો.

સૂરજનાં કિરણો મને વધાવી રહ્યાં હતાં. મારા શરીર ઉપર જાણે સોનાની રજકણ પથરાઈ રહી હતી. સૂરજદાદાનો આવો અનેરો સ્પર્શ હું પ્રથમવાર અનુભવી રહ્યો હતો. આકાશમાંની સ્વચ્છ હવા આજે મારી અંદર શીતલતાનો સ્પર્શ કરાવતી હતી. કુદરતનો આ વિશાળ વૈભવ મારામાં કમાલની હિંમત ભરી રહ્યો હતો. રૂપાળું આકાશ આજે મને મારું લાગતું હતું. હું અને મારું આકાશ..! જેમાં અત્યારે હું અને સૂરજ બંને એકલા જ છીએ. બંને એકબીજાને અનુભવી રહ્યા છીએ.

એ દિવસે મન ભરીને ઊડ્યા કર્યું. સૂરજદેવ સહેજ આકરા થવા લાગ્યા હતા. હવે મારે ઘેર જવું જોઈએ. મારા પરાક્રમો બીજાને કહેવા જોઈએ. એવી ચાનક પણ ચડી હતી. હા, ફાલ્કન અને ફાલ્કાને ખાસ કહેવું પડશે. મારું પરાક્રમ તેમને જરૂર ગમશે. એમને ગમે કે ન ગમે પણ આજે હિંમત ભરેલો હું મને ખૂબ ગમી રહ્યો હતો. આજે મારા નાનકડા શરીર ઉપર મને ગર્વ થઈ રહ્યો હતો. હું મારી પાંખોને વારંવાર ચૂમી લઉં છું. આજે મને મારી પાંખો ખૂબ ગમી રહી છે. તેના થકી તો મારી ઉડાન હતી. મારી પહેલ વહેલી ઉડાન..!

હવે હું નીચે આવી રહ્યો છું. ફાલ્કા મને જ્યારે ફેંકી દેતાં એ વખતે જે નીચે દેખાતું એવું અત્યારે ન દેખાયું. અત્યારે મને આકાશ નીચેની ધરતીનો

નજારો કંઈક જુદો જ લાગે છે. હા, એ વખતે પુષ્કળ ડર હતો ને..! બીકમાં જોયેલું અને આજે આનંદમાં જોયેલું દૃશ્ય..! ફેર તો જરૂર પડે..! એ વખતે જે કંઈ બનતું એ મજબૂરીમાં હતું. આજે જે પણ છે તે મજબૂતીમાં છે. એ વખતે હુમલાનું અનુસરણ માત્ર હતું. આજે ઉત્સાહનું આચરણ છે. આમાં બીજું કાંઈ નથી. આસમાનમાં હું એકલો છું. મને કોઈએ મજબૂર કર્યો નથી. મેં જાતે જ છલંગ મારી હતી. અને એ શીખવા માટેની છલંગ જીવનના ઉત્તમ પાઠ જેવી હતી. આ કદાચ મારી પ્રત્યક્ષ કેળવણી હતી. હા, બિલકુલ આ દિવસ માટે જ કદાચ ફાલ્કા મને...!

હું મારા ઘર તરફ હતો. થોડીવારમાં હું ઘરે પહોંચી જઈશ. ફરીથી પેલા વિચારે મને વિહ્વલ કર્યો. હું ઘરે જતાં અટકી ગયો. ફાલ્કા કેટલા કઠણ હૃદયે મને ફેંકી દેતાં હશે..! તે માત્ર મને ઉડાનનો આસ્વાદ કરાવવા માંગતી હતી. બધું જાણનારા ફાલ્કન પણ એટલે જ મૂક હતા. તેઓ બન્ને મને તાકાતવાન બનાવવા મથતાં હતાં.

અરેરે ! મેં કેટલું ખોટું વિચાર્યું હતું. હું ઘરે પહોંચું એ પહેલાં એક ટેકરી ઉપર શૂન્યમનષ્ક થઈ બેસી જ રહ્યો હતો. મને ભૂખ લાગી હતી પણ આ વિચારે મારી ભૂખ જ ભાંગી દીધી હતી. જ્યારે સાચું સમજાય ત્યારે તૃપ્તિ અનુભવાતી હોય છે. શરીરના આવેગોના શમન કરતાં મનના આવેગોનું શમન ખૂબ લાભકારી હોય છે. આવું હું અનુભવી રહ્યો છું.

મન બુદ્ધિ અને હૃદયના વિજયની વાત મને સમજાઈ રહી છે. હવે હું ખરેખર મોટો થઈ રહ્યો છું. શરીર તો સાધન છે. મનના તરંગોને સહી શકે એટલું સક્ષમ પણ છે. એ બુદ્ધિના માર્ગે ચાલી શકવા અધિરું હોય છે. અને

જ્યારે એ મનના રણકારને તાબે થઈ જાય ત્યારે અચરજ ફૂટે છે. ગઈકાલે જ મેં નિશ્ચય કર્યો હતો. "મારે ઊડવું છે." મા અને પા ની મરજી મુજબ જ મારે એકલાએ ઉડાન ભરવી છે. અને આજની સવાર મારા એ મનસૂબાને હકીકત બનાવી દેનારી બની રહી છે. આજે હું ખુશ છું. સાથે એકદમ સમજુ પણ છું. મા અને પા ને શું કહીશ ?

હું તેમને કેટલું લડી નાખતો હતો ?

હું ફાલ્કનને તો મનાવી લઈશ...મારી ફાલ્કાની આગળ શું બોલીશ ? હવે મારી સામે આ નવી દુવિધા હતી.

સમજણ અને ઊંડા પ્રેમની અનુભૂતિની રાત.

મને એકદમ બરાબર યાદ છે. ઘરે ગયા પછી હું તેમની જેમ ખાસ્સું મૌન રહ્યો. એકબીજાને જોયા કરવાનું પછી નજર ફેરવી લેવાની. અમારા ત્રણેયની વચ્ચે આ ગજબની રમત રમાઈ રહી હતી. થોડી વેદના, થોડું સાચે સાચું કહી દેવાની ઈચ્છા. સાથે બંનેની પાસે જઈ બાજી પડવાની પણ ઈચ્છા થઈ રહી હતી. હવે હું ખરેખર મોટો થઈ ગયો છું. મને મૌન પણ સમજાઈ રહ્યું છે. હું હવે મને સમજી રહ્યો છું. હા, હું એક બાજ છું. ખૂબ જ ઊંચે ઉડનારું બાજ પંખી. પોતાનો શિકાર જાતે કરનારો સ્વાવલંબી બાજ છું. હા, હું કૅસ્ટ્રૅલ છું. આકાશ અમારું બીજું ઘર છે. આકાશ અને ધરતીના તાલમેલમાં અમારે જીવ્યા કરવાનું અને ઉડ્યા કરવાનું. બીજા બધા પક્ષીઓ તરફથી અમને ખૂબ જ સન્માન મળે છે. એટલે એવું લાગે છે અમે થોડા વિશેષ છીએ. ઈશ્વરે કદાચ અમને થોડાં જુદેરાં બનાવ્યાં છે.

અમે બાજ છીએ એટલી ખબર છે. ઊંચે ઉડ્યા પછી આખી ધરતીને જેટલી જોવાય એટલી નજર ફેલાવી મન ભરી જોવાનું. આ અમારી જીવન રોજનીશી. આનંદનો વિહાર અને શિકાર ઉપર ચોટડૂક નજર. શિકાર પકડી જ લેવાનો, તેમાં અસફળતા અમને સહેજ પણ ન પોસાય. ખુદ્દાર થઈ જીવવાનું અને આનંદની આકાશી સહેલ કરવાની.

સૌથી મોટું આકાશ..જે આખા બ્રહ્માંડને ઘેરી યુગોથી કાયમ છે. આકાશ અને મૌનને પણ સંબંધ ખરો..!

આખરે એ મૌનની તપસ્યા પૂરી થઈ. મેં ફક્ત માને બાઝી પડીને રડવાનું શરૂ કર્યું. ફાલ્કન ખૂબ જ નજીક આવીને મને પસવારવા લાગ્યા હતા. મા એકદમ લાગણીથી તરબતર હતી.

"કેસ્ટ્રેલ..બેટા..બસ."

આટલા શબ્દો સિવાય તે કશું બોલી શકતી નહોતી. મારું રડવું સહેજ ઓછું થયું. રડમસ અવાજે મેં બોલવાનું શરૂ કર્યું.

"હે ! મારી આસમાનમાં ઉડાનની શક્તિને પોષનારાં. મારી અંદર પડેલી શક્તિને જાગૃત કરવા કંઈ પણ કરનારાં. કદાચ આપે હૃદય ઉપર પથ્થર મૂકીને પણ એ કર્મ બજાવનારાં. મારાં વહાલાં મા અને પા મને માફ કરો. હુ શંકાશીલ બની ગયો હતો. હું તેના લીધે વધારે ગુસ્સો કરી રહ્યો હતો. મારી સમજણ ખૂબ ટચૂકડી હતી. આપની આકાશ જેવડી સમજણને હું વંદન કરું છું. આપની મસમોટી હિંમતને વારંવાર નમું છું. આપે મને સૃષ્ટિનાં દર્શન કરાવ્યાં. વિશાળ આસમાનમાં ઊડવા મને પ્રેરણા આપી.

હૃદયનો ટુકડો ફેંકી દેવાની રોજ હરકત કરી. સ્વયં પીડા ભોગવી. પણ એ હૃદયના ટુકડામાં હિંમત ભરી ખરી..! તેને ખૂબ ઊંચે ઉડતાં શીખવાડી દીધું. તેને આકાશ સાથે જીવતાં શીખવ્યું. તેને ઊંચા આસમાન સાથે પ્રેમ કરાવી આપ્યો. તેને નાનકડામાંથી એકાએક મોટો બનાવી દીધો છે. આજે આપનો નાનકડો કેસ્ટ્રેલ યુવાન થઈ આપની સામે ઊભો છે. બાજની એ શીખવવાની અજાયબ હરકતને સો સો સલામ કરું છું. બાજની પરંપરાને અને આપણા પૂર્વજોને વંદન કરું છું..!"

થોડીવાર પછી તો ઘરમાં એકદમ આનંદ છવાઈ ગયો હતો. અમારા ત્રણેયના ચહેરે અનહદ ખુશી હતી. અમે સાથે ભોજન કર્યું. એના કરતાં એકબીજાને ભોજન કરાવ્યું એમ કહું તો ખોટું નથી. પહેલી વાર મા અને પા મને જુદાં જ લાગી રહ્યાં હતાં. હવે તેમના ચહેરે મને ઉડતાં શીખવી દીધાનો પરિતોષ હતો. તાલીમની કઠોરતા વચ્ચે તેમનો કેસ્ટ્રેલ યુવાન થઈ ગયો. તેની પણ તેમને ખુશી હતી.

એ છેલ્લી રાત હતી જેમાં હું નાનકડો બાળક હતો. આવતીકાલનો સૂરજ મને હવે ગલગલિયાં કરશે નહીં. આવતીકાલનો સૂરજ મને ખોરાકની શોધમાં નીકળી પડવાનો આદેશ કરશે. ઊંચા આકાશમાં ઉડવા માટે હોંકારો કરશે. એ છેલ્લી રાત હતી. જેમાં હું મા અને પા ની સોડમાંથી ખસવા માંગતો ન હતો. બસ, તેમનામાં સમાઈ જવાની ઘેલછા થઈ આવતી હતી. મેં આખી રાત તેમના પડખામાં જ વિતાવી દીધી હતી. એ છેલ્લી રાત હતી જેમાં ગજબની ઊંઘ હતી. નીરવ શાંતિ હતી. પ્રેમની મનમોહક સુવાસ હતી.

મારી ફાલ્કાના ચહેરે અજબની લાલિમા છવાઈ હતી. ફાલ્કનને મારા ઉપર ગજબનું અભિમાન થઈ રહ્યું હતું. તેઓ વારંવાર મને ગળે લગાવતા હતા. તેમની પાંખથી મને 'શાબાશ' કહેતા હતા. તેમના દ્વારા હું ઉત્સાહને બેવડો કરી રહ્યો હતો. એ છેલ્લી રાત હતી જેમાં હું બાળક હતો. આવતીકાલનો સૂરજ મારા અસ્તિત્વ માટે અને ખુદની ઓળખ માટે ઉગવાનો હતો. જેમાં નવો કૅસ્ટ્રૅલ જન્મવાનો હતો.

હવે પછીની શાનદાર સવારો.

યુગ યુગાંતરની સૂરજ યાત્રા..રોજ નવો સૂરજ ! અમને સૂરજ વધારે ગમે છે. કેમકે એ આકાશમાં દેખાય છે. અમે આકાશમાં ઉડનારાં પંખી છીએ. સૂરજને ઉગવાનું અને અમારે ઉડવાનું. એ ખુલ્લું અને વિશાળ આકાશ. રંગોની અમર્યાદ સૃષ્ટિ જેવું આકાશ. અમારું વહાલું આકાશ. ભેખડો ઉપરથી સવારની લટાર શરું થાય છે. પછી આખે આખી સવાર પડે છે. અમને સૂરજની સંગાથે જીવવાના ભારે કોડ એટલે સવાર પણ અમને વહાલી. બાજના જીવનની પ્રકાશી સવાર કંઈક આવી હોય છે. બાજને એમાં વિહરવાનું સદભાગ્ય સાંપડ્યું છે.

સવારના પહોરમાં પાંખમાં ઉત્સાહ ભરી ઉડવાનું શરૂ કરું છું. પછી પાંખોમાં થકાન ભરીને પાછો આવું છું. પેટમાં ભૂખનો ખાલીપો હોય પછી નજર એકદમ શિકાર ઉપર ચોંટી જાય છે. એ સ્થિતપ્રજ્ઞતા થોડીવાર પછી ખોરાક બની જાય છે. તૃપ્તિનો અહેસાસ બની જાય છે. મસમોટા શિકારને પકડવાની જાણે અમને જન્મજાત ટેવ હોય છે. વન્ય જીવો કે પાણીમાંનાં માછલાં જેટલાં મોટાં હોય તેટલી અમારા પગના પંજાની શક્તિ વખણાય.

પાંખોમાં ત્રણ ઘણો ભાર પૂરાયો હોય, તો પણ ઉડીને નિરાંતની જગ્યાએ જતા રહેવાનું. હરરોજ લક્ષ્યનું ભક્ષ્ય બનાવવાનું એ અમારું નિત્ય છે. તીક્ષ્ણ ચાંચ શિકારને પળવારમાં જુદે-જુદો કરી દે છે. શાંતિ અને આનંદમાં પેટની આગ ઓલવવાની.

ક્યારેક ફાલ્કા અને ફાલ્કનની સાથે પણ મિજબાની ગોઠવાઈ જતી. એ અનુભવ પણ ખૂબ સુંદર રહેતો હતો. મા અને પા ને ક્યારેક હું ઉત્તમ શિકાર ધરતો હતો. મારી ખુશી ખાતર તેઓ તેમ કરવા રાજી થતાં હતાં. મને એ ખૂબ જ ગમતું હતું. જ્યારે હું નાનો હતો ત્યારે મને મા અને પા જ ખવડાવતાં હતાં. એ વખતે તેમના ચહેરે આનંદ છવાતો હતો. આનંદ ખાતર હું શિકાર તેમની આગળ ધરી ખુશ થતો. મારા ચહેરે પણ કદાચ એ લોકો એ જ ખુશીની લહેરખી અનુભવે..! મને માત્ર રાજી કરવા તેઓ સહિયારા ભોજનમાં બેસતાં હતાં. મને ખબર છે ફાલ્કા અને ફાલ્કન આજે પણ ગજબનો શિકાર કરનારાં છે. તેમના શિકાર ઉપર તો બીજાં કેટલાંય પંખીઓ નભી જતાં હતાં.

બાજ ખુદનો શિકાર ખુદ કરે છે. શાનદાર રીતે જીવવાનો તેઓને અધિકાર મળેલો છે. વણલખ્યા કાયદાઓમાં જીવવાનું એટલે થોડી લુચ્ચાઈ પણ આવી જાય. પણ બાજને લુચ્ચાઈ સાથે બિલકુલ લેણું નથી. બેધડક તરાપ મારવાની..ખાલી હાથે કોઈ કાળે પાછા ન વળવાનું. આ બાજનો જીવનમંત્ર. શિકારને ખબર પણ ન પડે ત્યાં સુધીની ચોકસાઈ રાખવાની અને એકાએક તૂટી પડવાનું શિકાર ઉપર..! આ અમારા જીવનનું સત્ય કર્મ છે.

સતત શીખવનારા એ દિવસો.

મને બરાબર યાદ છે. મારું થોડું બચપન વહી ગયું હતું. પછી જ તાલીમનો દોર શરૂ થયો હતો. એ ખરેખર ભયાનક હતો. છતાં શાનદાર હતો. હું બાજ છું. પક્ષીઓમાં રાજા છું. એ મને સમજાવા લાગ્યું હતું. ઊંચી ઉડાન સાથે અમારે જીવનભરનું લહેણું છે. એમ જ ઊંચા સિદ્ધાંતો સાથે પણ..! જીવન આકાશને આંબવાની વાત કરનારું હોય તો જ ઉડાનમાં જાન આવે. અને તેને જ ગરિમામય ઉડાન કહેવાય. બાકી હવામાં છબછબિયાં કરનારાં તો ઘણાં ખેચરો છે.

મને બિલકુલ સમજાઈ રહ્યું છે. અમે તાકાતના ઉપાસકો છીએ. અમે અમારા વજન કરતાં પણ વધારે વજનવાળી ઉડાનના પંખીઓ છીએ. પંજામાં કે ક્યારેક ચાંચમાં શિકાર ભરાવ્યો હોય..! અમારા કરતાં ક્યારેક શિકાર ભારે હોય..તેમ છતાં ઉડાનમાં હિંમત ન ખૂટે..! આ અમારું જન્મજાત પૌરુષ છે. અમારી નજરમાં મનસૂબો અને તરાપમાં સાફલ્ય હોય છે. ખરેખર હિંમત અમારા હૃદયમાં કેમ સ્થપાઈ ગઈ ખબર છે ? અમારી જીવસટોસટ તાલીમ. દિલો-દિમાગને હચમચાવી નાખનારી ટ્રેઈનીંગ. જેટલો કશુંક શીખવાનો સંઘર્ષ ભારે એટલી કલા હસ્તગત વધારે. આ અમારો તાલીમ મંત્ર. જેટલો સંઘર્ષમાં દમ એટલું જીવન દમદાર.

હું'ય કોચલામાંથી બહાર આવેલો છું. ખેચરોની આખી જમાત આમ તો અવતરે છે. કુદરતની એક જ પ્રકારની જન્મ ગતિનો હું'ય ગતિમાન પદાર્થ છું. અમને બીજાના ઉપર નભનારાં જીવનથી સખત નફરત છે.

મારા જેવા હજારો કેસ્ટ્રેલને તેમનાં ફાલ્કા અને ફાલ્કન ઊંચી ઉડાન શીખવે છે. શિકારની ખોજ સ્વયં કરવાનું શીખવે છે. જીવન પોતાનું છે એટલે સંઘર્ષ પણ પોતાનો અને પ્રાપ્તિ પણ પોતાની..! તેથી જે આનંદ મળે એ પણ.. પોતાનો !! હા એ શાનદાર ઉડાનથી કોઈ રાજી થાય કે ન થાય. અમારો શિકાર બીજાને કામ આવે કે ન આવે. બીજો અમારી પ્રશંસા કરે કે ન કરે, એમાં અમે ક્યારેય પડતાં નથી.

આભાર મારી ફાલ્કા અને ફાલ્કન. તમે મને કેટ-કેટલું શીખવી દીધું છે. આપ મહાન છો. મને ઊંચેથી ફેંકી દઈ દુનિયાનું ભાન કરાવી દીધું. હવે હું પણ હિંમત સાથે જીવનારો થઈ ગયો છું. મને પણ દિલધડક જિંદગી ફાવી ગઈ છે. ખૂબ જ મજા છે 'સ્વ'ની શાનદાર કેળવણીની વાતમાં. અમારા જીવનની આ આહ્લાદક યાત્રા છે. જેમાં એકદમ ડર સાથે બાથ ભીડવાનું ફરજિયાત છે.

મારી મા તારો આભાર..! મારા પા તમારો આભાર..!

આપે મને જન્મની સાથે શાનદાર જીવન આપ્યું છે. મને મારી ફાલ્કા હવે ખૂબ વહાલી લાગે છે. અને ફાલ્કન તો હવે મારા દોસ્ત બની ગયા છે. અમે ક્યારેક ઉડવાની હરીફાઈ પણ કરીએ છીએ. ઊંચું નિશાન અને ઊંચી ઉડાનની વાત મને ફાલ્કને શીખવી છે. બાજના જીવનનું પળેપળનું સત્ય 'મા અને પા' ના કારણે મને સમજાયું છે. ખરેખર અમારી શીખવાની પદ્ધતિ લાજવાબ છે.

એક જ વાક્યમાં કહું તો "ડર સામે જીતવાનું" અને "ડરને પરાજય આપવાની ગતિ" એ જ અમારી ઊંચી ઉડાનનું રહસ્ય છે. અગણિત રીતે

વિકસી જવાય જો ડર જીવનમાંથી નાબૂદ કરી દેવાય તો..! મારી વહાલી ફાલ્કાએ મને ડર સામે લડતાં શીખવ્યું, જીવતાં પણ શીખવ્યું હતું. ફાલ્કન તો ગજબની ધીરજનો આત્મા છે. બધું'ય જોયા કરે. જરૂર પડે તો જ બોલે. અમારી સમગ્ર સંઘર્ષની ઘડીઓ સ્થિતપ્રજ્ઞ થઈ માત્ર જોયા કરે..!

ગજબ છે મારા ફાલ્કન. અને એથીય ગજબ છે મારી ફાલ્કા. હવે તેમને હું વધારે ને વધારે ચાહું છું. આ મારી જિંદગીનાં ચાલકબળો છે. તેમની હરેક વૃત્તિમાં મારા માટેનો આનંદ છુપાયેલો હોય છે. તેમની સમગ્ર જીવનચર્યા મારા આનંદની ફરતે ઘૂમી રહી છે. હું તો સામાન્ય પંખી હોવા છતાં ખૂબ જ મોટું નસીબ લઈને અવતર્યો છું. મા અને પા આપનાથી હું અનહદ રાજી છું. આકાશમાં ઊડતી વખતે હું બૂમો પાડીને આ વાત બોલું છું. હું તમને ખૂબજ ચાહું છું...મા અને પા..!

૩.સ્ટ્રગલ.

જીવનની એકધારી સવારો.

એકદમ આકાશ અને ધરતી વચ્ચે હું ગોઠવાઈ ગયો હતો. પર્વતોની ટેકરીઓ, ખીણો અને ખૂબ જ મોટું સરોવર, પાસે ઘાસનાં મેદાનો આ અમારું ઘર. ફાલ્કન ફાલ્કાની હૂંફ અને ઉડાન માટેની પાંખ. શિકાર માટેની તીક્ષ્ણ નજર. આથી વિશેષ અમારી પાસે કશું જ ન હતું. છતાં પણ અમે રાજા જેવું જીવીએ છીએ. મનમસ્ત આનંદ અને ખુશીઓનું જીવન. હું તો રોજ સૂરજ ઊગે એટલે ખુશ. મારી સવારો વધારે ને વધારે આનંદિત થઈ રહી હતી. ખબર નહીં મારી અંદર બેઠેલો ધબકાર રોજ ઉત્સાહને ભર્યા કરતો. ખુલ્લા આકાશમાં તીણી ચીસ પાડવાની મજા. પાંખો ખુલ્લી કરી ધરતી પર આવવાની મજા. ખુલ્લાં ઘાસનાં મેદાનો અને તેમાં ફરતા કોઈ શિકારને જોઈ મોઢામાં લાળ ટપકાવતાં સતર્ક થઈ જવાની મજા. એમ કહું કે આખાય આકાશમાં ઘૂમી વળવાની મજા જ મજા.

અમે કોઈ ઈશ્વરને ઓળખતા નથી. આ બધી વિશાળતા એ જ ઈશ્વર એવું ફાલ્કા કહેતાં હતાં. મને તો ફાલ્કન અને ફાલ્કા જ ઈશ્વર લાગે છે. મારી કોચલા પછીની દુનિયાને સજાવવા-વાળાં તેઓ જ છે. હવે મને એ પણ સમજાઈ રહ્યું છે. હું કોચલામાં પૂરાયો એમાં પણ તેઓ જ કારણભૂત છે. એટલે મારા સમગ્ર અસ્તિત્વનું કારણ જ તેઓ છે. તેઓ મને ઈશ્વરીય દુનિયાની વાતો કરતાં હતાં. પણ મને કેવું લાગતું ખબર છે...ઈશ્વર જાણે પોતાની વાત કહી રહ્યા હોય. ફાલ્કા અને ફાલ્કન મારા ભગવાન છે.

ખરેખર મને જીવન ખૂબ ગમી રહ્યું છે. એ ખુશનુમા સવારો, સાંજની નીરવતા અને રાત્રીનું તારાઓ ભરેલું સૌંદર્ય..! એ ખૂબસૂરત સૂરજ અને ચાંદો. ક્યારેક આકાશમાં ચમકારા કરતી વીજળીઓ અને ધોધમાર વરસી પડતું આકાશ. પછી તો પર્વતો'ય રૂપાળા બની જાય. અમારું સરોવર ધનવાન થઈ છલકાઈ જાય છે. ઝરણાં અને નદીઓની શીતલતા પીવાની મજા જ કંઈક જુદી હોય છે. કેટ-કેટલું વૈવિધ્ય છે આ દુનિયામાં..!

મને હરેક સવાર ગમે છે. હું ખૂબ ભાગ્યશાળી છું. મને આ બધું જ ભોગવવા મળે છે. પવનની ઠંડી ઠંડી લહેરખીઓ મને સૌથી વધારે ગમે છે. આમ તો સૌથી વધારે મને મારી ફાલ્કા ગમે છે. પા કરતાં પણ મા વધારે ગમે છે. તેને હું જોરદાર ઉડાન કરતો રહું...સૌથી ઊંચી ઉડાન ભરતો રહું તેમાં રસ છે. એ મને બધી જ રીતે તૈયાર કરે છે. મને મળેલી એ પહેલી સોડ છે. મને મળેલી પહેલી પ્રેમની સુગંધ છે. ફાલ્કા મારી વહાલી ફાલ્કા.

ક્યારેય ન ભુલાય એવી ઉડાન.

એ દિવસે ખૂબ જ સુંદર સવાર હતી. મારી ફાલ્કા મને કહે છે:

"કેસ્ટ્રેલ તું કેટલું ઊંચે ઉડી શકે છે ?"

"હવે આકાશમાં ક્યાંય તને ડર લાગે છે ?"

મેં કહ્યું : "ના મા, હવે ડર તો સહેજ પણ નથી."

ફાલ્કા : "તો ચાલ, આજે આપણે સાથે ઉડાન ભરીએ."

ફાલ્કન અમારો સંવાદ સાંભળી રહ્યા હતા. તેઓ પણ અમારી નજીક આવ્યા અને કહે; "ચાલો, આજે આપણે ત્રણેય સાથે ઉડીએ.જોઈએ કોણ ઊંચે ઉડે છે ?"

"આજે મારે કેસ્ટ્રેલ સાથે ઉડવું છે, તમે ન આવો." ફાલ્કાએ કહ્યું.

ફાલ્કન અડગ હતા. "હું આવીશ જ." એવું મક્કમતાથી બોલે છે.

ખબર નહીં આજે ફાલ્કાના અવાજમાં કોઈ વિશિષ્ટ તાકાત પૂરાઈ હતી. ફાલ્કન પણ આજે વિચિત્ર જિદે ચડ્યા હતા.

"તમારી સાથે હું આવીશ જ. મને કોઈ રોકી નહિ શકે..!"

આખરે ફાલ્કા માની ગયાં. "સારું ચાલો ત્યારે. પણ જો..જો, આજની ઉડાન લાજવાબ રહેવાની છે. તમે મારી તાકાતને સામાન્ય ન ગણતા. હું તમારા બંનેથી ખૂબ ઊંચે ઊડી શકું છું. હરીફાઈ નથી હકીકત છે." આજે ફાલ્કાનો અવાજ થોડો ઘેઘૂર હતો. તેના અવાજમાં જુદેરો રણકાર હતો.

અમે તો ડઘાઈ ગયા. ઉડાન પહેલા જ હારી ગયા હોય તેવું લાગતું હતું. અમે ત્રણેય ખૂબ જ ઊંચી ટેકરી ઉપર બેઠાં હતાં. ચાંદી જેવી નદીઓની લકીરો અને ચાંદીના ચોસલા જેવું સરોવર દેખાતું હતું. આકાશ ખૂબ જ સ્વચ્છ હતું. હવાનો પ્રવાહ સપ્રમાણ હતો. અમે ત્રણેયે છાતીમાં શ્વાસ પૂર્યો અને શરૂ થઈ અમારી ઉડાન..!

ઉત્સાહ ભરેલાં હતાં અમે ત્રણેય. અમારી વચ્ચે હરીફાઈ ન હોય. પણ કેમ જાણે આજે મા ઝનૂને ચડી છે. અમે ઊંચે ને ઊંચે જઈ રહ્યાં હતાં. પહેલાં ફાલ્કન પછી હું અને મા. એમ આકાશમાં અમે ગોઠવાયેલાં હતાં. ફાલ્કન તો સહજ મુદ્રામાં ઊડી રહ્યા હતા. હું પણ ખૂબ સારું ઊડી રહ્યો હતો. ફાલ્કામાં થોડી ચહલપહલ વધારે હતી. એ અમારાથી ઊંચે જવા માગતી હતી. બે-ત્રણવાર એવું થયું પણ ખરું. પણ પાછા ફાલ્કન આગળ થઈ ગયા. આમ તો ઊંચે થઈ ગયા એમ કહેવાય. અમારી ઉડાન આકાશ તરફની હતી. હું તો જોયા જ કરતો હતો.

આજે ફાલ્કાને શું થયું છે ?

તેને કેમ અમારા બન્નેથી ઊંચે ઉડવું છે ?

આ ફાલ્કા અને ફાલ્કન વચ્ચેનો ઝઘડો હતો કે બીજું કંઈ ?

તેઓ ક્યારેય આવું કરતાં નહોતાં. ફાલ્કા હવે અમારા બંનેથી ઊંચે ઊડી રહ્યાં હતાં.

તેણે મને બે ત્રણ વાર પૂછેલું ; "કેસ્ટ્રેલ, બીક લાગે છે ?"

અને મેં કહ્યું ; "બિલકુલ નહીં."

તેમણે કહ્યું : "તો સરસ હવે. મને કાયમની નિરાંત થશે. બેટા, આકાશ આપણું છે, આપણે આકાશના છીએ. એટલે નીડરતાથી ઉડવાનું..! અહીં જે અજબનો આનંદ મળે તે માણવાનો છે. જો હું પણ તારા બાપ કરતાં કેટલી ઊંચે ઉડી શકું છું. વ્યક્તિ ચાહે તેટલું ઊડી શકે. એ ધારે તે કરી શકે. બસ, તેનામાં હિંમત ખીચોખીચ ભરેલી હોવી જોઈએ."

"તારા જેટલી હિંમત મારી ફાલ્કા ?" મેં કહ્યું.

"હા, બિલકુલ મારા જેટલી. મારાથી પણ વધારે હિંમત..મારા કેસ્ટ્રેલ. હું તને ખૂબ ચાહું છું મારા નાનકડા બાજ."

"હું પણ મા, તને ખૂબ જ ચાહું છું..! તારા કરતાં પણ વધારે..!

મા હસી પડી હતી. પછી એણે ખૂબ તાકાતથી ઊડવા માંડ્યું. એ અમારાથી ખૂબ જ દૂર ઊડી રહી હતી. મા ઊંચે ને ઊંચે જઈ રહી હતી. અમે બે થાકી રહ્યા હતા. પણ આજે ફાલ્કા થાકતાં નહોતાં. તેમનામાં ગજબની તાકાત હતી. અમે બંને પરાસ્ત થઈ રહ્યા હતા. હવે મા ખૂબ જ દૂર દેખાતી હતી. ફાલ્કને તો ઉડાન ઢીલી છોડી દીધી હતી. મારે તેની સાથે જવું હતું. એટલે હું પાંખોનું જોર લગાવી રહ્યો હતો. પણ કેમેય પહોંચી શકતો ન હતો.

મા હવે લગભગ દેખાતી નથી. હું ચારેકોર તેને શોધું છું. હું થોડો બેબાકળો પણ થઈ ગયો. થોડુંક ડરનું લખલખું મારામાંથી પસાર થઈ ગયું. નીચે ફાલ્કન પાંખો ફેલાવી ઊડી રહ્યા છે. હું વચ્ચે છું. મા ખૂબ જ ઊંચે હતી. હું ઊંચે જવાનો જોરદાર પ્રયાસ કરી રહ્યો છું.

અને અચાનક..!

મારા માથા ઉપર કશુંક અથડાવાનો અવાજ આવ્યો. તેની સાથે એક કારમી તીણી ચીસ પણ હતી. હું તાકાતથી એ દિશામાં જવાનો પ્રયાસ કરી રહ્યો છું. ત્યાં એક બાજ ફેલાયેલી અને અસ્તવ્યસ્ત પાંખોએ નીચે આવી રહ્યું હતું. તે પોતાની મરજીથી નીચે નહોતું આવી રહ્યું. એ ક્યાંક ટકરાયું છે, એવું મને લાગે છે. ઉપર શું હશે એ દિશામાં જવા કરતાં મેં એ ઝડપથી નીચે આવી રહેલા પંખીરાજ તરફ ઊડવા માંડ્યું.

ત્યાં એ પંખી એકદમ મારી નજીકથી પસાર થઈ ગયું. તેની નીચે આવવાની ઝડપ વધારે લાગતી હતી. એ ક્ષણે મને થોડોક વિચલિત કર્યો. મને મા ની ગંધ આવી ગઈ હતી. હું એકદમ શક્તિ વગરનો થઈ ગયો હતો. આંખે અંધારું આવી ગયું. શરીરમાં દર્દનો તણખો ઉઠ્યો.

મારી ફાલ્કાને શું થયું હશે ?

મા નીચે જઈ રહી હતી. હું પ્રયત્ન કરીને પણ ત્યાં પહોંચવા સમર્થ ન હતો. કેમ જાણે હું તેની પાસે ઊંચે પણ જઈ શકતો ન હતો અને અત્યારે નીચે પણ જઈ શકતો નથી. અમે ઊંચે જવા સક્ષમ છીએ. નીચે તો સહજ અવાય છે. અને પ્રયત્ન પણ ઊંચે જવા જ કરવો પડે. નીચે જ આવવું હોય તો કશું જ કરવાનું રહેતું નથી.

મેં પા ને બૂમ પાડી.. ફાલ્કન... મા..!

બસ, આટલું જ હું બોલી શક્યો. ઈશ્વર ઈચ્છાએ ફાલ્કને મારો અવાજ સાંભળી લીધો. તેઓ મારા ટૂંકા શબ્દો પણ સમજી ગયા. મા ની ગતિ વધી

રહી હતી. અમારી ગતિ કેમે કરીને વધતી નહોતી. ફંગોળાતી મારી ફાલ્કા..! તેની ડોક વારંવાર ફરી જતી હતી. તેની પાંખો આમ-તેમ ખુલતી અને ફેલાઈ જતી હતી.

અરેરે ! વિખેરાઈ રહેલી મારી ફાલ્કાને શું થયું હશે ?

હું ખૂબ જ ચિંતિત હતો. આજે મારામાં ડર જ ડર હતો. હમણાં થોડા સમય પહેલાં જે બણગાં ફૂકેલાં કે હું ડરતો નથી. હવે બધું ડરામણું થઈ સામે આવી રહ્યું હતું.

હવે હું રીતસર રડી રહ્યો હતો. કશું અજુગતું બનવાનું મને દેખાતું હતું. મારી ફાલ્કા કેમ પટકાઈ રહી છે..? અમે નિ:સહાય હતા. મેં જોયું કે, ફાલ્કનનો કલ્પાંત પણ ગજબનો હતો. અમે મા ને પકડી લેવા મથતા રહ્યા હતા. પણ અસહાય હતા. તેની પાછળ અમે પણ નીચે આવી રહ્યા હતા. ફાલ્કન મારાથી સહેજ નીચે હતા. તે વારંવાર મારી સામે જોઈ લેતા. ફરીથી મા સામે જોતા. મારી નજર નીચે જ હતી. મને મા અને પા બંને દેખાતાં હતાં.

આ શું..અરેરે..! નીચે ભયંકર અણીદાર પથ્થરો વાળો પહાડ હતો. મારો ડર હવે ભયંકર પીડા બની ચૂક્યો હતો.

મેં રીતસર બૂમો પાડવા માંડી હતી.

"પા કંઈક કરો ને...મારી ફાલ્કાને ઝીલી લો..ને !!"

ફાલ્કન પણ અસમર્થ હતા. નઠારો પહાડ એકદમ નજીક આવી ગયો હતો. મેં આંખો બંધ કરી દીધી. એ દર્દનાક ઘટના હતી. એણે મને વિચિત્ર નફરત પેદા કરાવી દીધી હતી.

ફાલ્કન એકદમ મારી ફાલ્કાથી થોડાક જ દૂર હતા. એ પણ મારી મા ને ઝીલી શકે તેમ નહોતા. તેમની ચીસો મને સંભળાઈ. તેઓ ભયાનક બૂમો પાડી રહ્યા હતા. તેમની ચીસો આકાશમાં પડઘાઈને ભયાનક અવાજમાં ફેરવાઈ જતી હતી. મને આટલું જ સંભળાયું ફાલ્કા..!

અને મારી ફાલ્કા...એ તીક્ષ્ણ પથ્થરોના પહાડ ઉપર એકદમ પડી. થોડી જ વારમાં ફાલ્કન પણ ત્યાં પહોંચી ગયા. નિ:સહાય હું પણ ત્યાં પહોંચ્યો. મારી ફલ્કાને સોડમાં લઈ ફાલ્કન એકદમ દિગ્મૂઢ બની ગયા હતા. પથ્થરોની કઠિન અસંમૂઢતા એ જાણે અમને ઘેરી લીધા હતા.

એ ભયાનકતામાં હું શું કરી શકું ? એ મને સમજાતું નથી. મારી ફાલ્કાને શું થયું ? બસ..વિચાર અહીં અટકી પડે છે. હું તેમની નજીક પહોંચી ગયો. જોઉં છું તો મારી ફાલ્કાની નિસ્તેજ સુવાસ પ્રસરી રહી હતી. ક્યારેય ન જોયેલા ફાલ્કન કૃશ ચહેરે બેસી પડ્યા છે. હું આ શું જોઈ રહ્યો છું..! એકદમ ભાંગી પડેલા પા અને પથ્થર ઉપર ઢળી પડેલી મા. આ દૃશ્ય મને પાગલ જેવો બનાવી રહ્યું હતું. આકાશના જેવી શૂન્યતા મારામાં વ્યાપી ગઈ છે. આંસુની ધારાઓ કેમ વછૂટી રહી છે. હું મારા કહ્યામાં નથી. માત્ર મારી ફાલ્કાને શું થયું એ જાણવા મથું છું. આવાગમનની આંટીઘૂંટીમાં હું ક્યાંક અટવાઈ ગયો હતો. તેજહીન મારી ફાલ્કા મારા ફાલ્કનને પણ કંઈક એવાં જ બનાવી ચૂકી હતી.

અમારા નિસ્તેજ રાતદિવસ.

કલ્પના પણ કરી નહોતી એવા દિવસો આવી ગયા છે. મેં ઘણા દિવસોથી ઉડાન ભરી નથી. ફાલ્કન તો એકદમ નિ:સહાય થઈ મૌન બની ગયા છે. ક્યારેક હું શિકાર કરી લાવું છું. અમારી વચ્ચે મૌન જિદ ચાલે છે. મારી ફાલકા વગરના એ દિવસો હતા. હું હમણાં જ મોટો થયો હતો. ફાલ્કાએ હમણાં જ મને ઉડતાં શીખવ્યું હતું. ડર સામે બાથ ભીડવાનું પણ હમણાં જ શીખ્યું હતું. હવે મારી નીડરતામાંથી ફાલ્કા ગાયબ હતાં.

હવે એ નીડરતા મારે શું કામની..?

મારી ઉત્તમ ઉડાન કોના માટે ?

આમ કોઈ એકાએક અમારી વચ્ચેથી ઊડી જાય. અને પાછું ક્યારેય આવે જ નહીં એવું કેમ બને ? મારી ફાલ્કા ક્યાં હશે ?

આવા અનેક પ્રશ્નોથી હું વિહ્વલ છું. મારા શરીરમાં હવે આળસ પ્રવેશી રહી છે. થોડી અશક્તતા માથું ઉંચકી રહી છે. એક જ વિચારે મગજને ઘેરી લીધું છે. વારંવાર આકાશમાંથી પટકાઈ રહેલી મા જ દેખાય છે.

મારી ફાલ્કાને શું થયું હશે ? એ પ્રશ્નનો ઉત્તર મળતો નથી.

ભેખડો પરની સવારો હવે આનંદ આપતી નથી. તીક્ષ્ણ પથ્થરો મા ની યાદો બનીને ભોંકાઈ રહ્યા છે. ફાલ્કન મોટેભાગે મારી ફાલ્કા જ્યાં પડી હતી ત્યાં જ બેસી રહે છે. હું તેમની પાસે જાઉં ત્યારે થોડી સતર્કતામાં આવે છે. શૂન્યમનસ્ક થઈ બેસી રહેવું પણ ક્યાં લગી. ફાલ્કા પાછાં આવશે તેવી કોઈ શક્યતા દેખાતી નથી.

શરીરમાં અતિ ભૂખ પ્રવેશે ત્યારે શિકાર કરવા જવું પડે છે. બાકી અમારી આસપાસથી શિકાર પણ હવે માથું ઊંચકીને પસાર થઈ જાય છે. તેને જોઈ રહીએ છીએ. અત્યારે અમે ખુદ પરેશાન છીએ.

મેં ફાલ્કનને પૂછ્યું ; "ક્યાં સુધી આમ બેસી રહેશો ?"

"ખબર નથી..ફાલ્કા આવે ત્યાં સુધી." તેઓ બોલ્યા.

"એવું શક્ય લાગે છે ?" મેં પૂછ્યું.

"તો હું તેની પાસે પહોંચી જઈશ."

તેઓ મક્કમ અવાજમાં બોલતા હતા. મને પહેલીવાર ખબર પડી કે તેઓ મારી ફાલ્કાને મારા કરતાં પણ વધારે ચાહતા હતા. મારા જન્મમાં પા અને મા બન્ને નિમિત્ત છે. એમાં મા વધારે છે. આજે મને સમજાયું કે મારા કરતાં ફાલ્કાની જરૂર ફાલ્કનને વધારે છે.

હું થોડી સ્વસ્થતા કેળવી રહ્યો છું. પણ ફાલ્કનની વ્યથા દિવસે દિવસે બમણી થઈ રહી છે. હવે મને ફાલ્કા કરતાં ફાલ્કનની ચિંતા વધારે થાય છે. સમયની અસરે મારી પીડા સહેજ ઓછી થઈ છે. પણ ફાલ્કનની

પરાભૂત અવસ્થા જોઈ ખૂબ દુઃખ થાય છે. હું તેમને સમજાવી શકવા પણ શક્તિમાન નથી. તેઓ ખૂબ જ સમજદાર છે. છતાં ગંભીરતાની મર્યાદા આવતી દેખાય છે. એક ક્ષણ પછી કુદરત શું કરી શકે તે કહેવાય નહીં. આપણે ફક્ત સાક્ષી બની જોયા કરવાનું..!

આખરે એ કીમિયાગર છે. સૃષ્ટિના સમસ્ત જીવ જગતનો તારણહાર. સૃષ્ટિની સ્થૂળ વસ્તુઓ ઉપર પણ તેનું જ સામ્રાજ્ય કાયમ છે. આ તીક્ષ્ણ

પથ્થરો ઉપર ભારે ગુસ્સો આવે છે. પણ હવે મને સમજાય છે, જે જ્યાં છે ત્યાં ઈશ્વરની મરજીએ છે. એ સ્થૂળ વસ્તુ પણ મને આનંદ કાંતો પીડા આપવા સક્ષમ છે. મારે કશું વધારે વિચારવું ન જોઈએ. મારા ફાલ્કનનો વિચાર કરવો જોઈએ. હા, હવે હું એમ જ કરીશ. મારી ફાલ્કા જ્યાં હશે ત્યાં રાજી થશે. હું ફાલ્કનને ગમે તેમ કરી સ્વસ્થ કરીશ.

ફાલ્કનની છેલ્લી ઉડાન.

એ દિવસ મને બરાબર યાદ છે. હું સરોવરમાંથી સુંદર માછલાં પકડી લાવ્યો હતો. ફાલ્કન કૃશતા ઓઢી ચૂક્યા છે. તેમનું શરીર એકદમ વૃદ્ધ જેવું થઈ રહ્યું છે. તેઓ મારી સામે તાકી રહ્યા છે. આજે તેઓ ખોરાક પણ લઈ રહ્યા છે. પરંતુ તેમની નજર મારા ઉપરથી હટતી નથી. હું પણ ખોરાક લઈ રહ્યો હતો. અમારી વચ્ચે ફરીથી મૌન એકલું હાજર હતુ. એ દિવસે ખાસ્સો સમય અમે પાસે બેઠા.

મારી અકળામણ જોઈ ફાલ્કન બોલે છે:

"કેસ્ટ્રેલ.. દીકરા હવે આપણી ફાલ્કા નહીં આવે. મને તેના વગર ફાવશે નહીં. પ્રયાસ કરું છું છતાં કેમેય કરીને તેને ભૂલી શકતો નથી"

"મને કહો હું શું કરી શકું..?" મેં પૂછ્યું.

"તારે ફક્ત જીવવાનું છે. દમદાર જીવવાનું છે. આપણી કાયનાતમાં સૌથી સુંદર અને શાનદાર જીવવાનું છે. બાજ કોઈ બીજા ઉપર નભતો નથી. આ તો તું મારો અંશ છે એટલે થોડું ચલાવ્યું. બાકી પૂર્વજો લાજે એવું ન ચાલે" તેઓ બોલ્યા.

"તમે કેમ આવું બોલો છો ? તમે ક્યાંય જતા નહીં હો..! હું એકલો થઈ જઈશ." મેં થોડી ચિંતા સાથે કહ્યું.

"જો, કૅસ્ટ્રૅલ દુનિયામાં કોઈ એકલું નથી. અને છતાં એકલું જ છે. સૃષ્ટિના ક્રમમાં જીવવાનું એ પ્રકૃતિનું ફરમાન છે. તેનો આદેશ જીરવી જાણે તે બહાદુર કહેવાય છે. હું કદાચ બહાદુર નથી. મને ફાલ્કા વગર જીવવાનું પાલવે તેમ જ નથી. પરંતુ તું આવી સહાયતા ન શીખે એવી મારી ઈચ્છા છે."

હું ફાલ્કનને બાઝી પડ્યો. તેઓ પણ વહાલપથી ઘણો સમય મને વળગી રહ્યા. તેઓ હવે મૌન હતા. તેમની આંખો મીંચાયેલી હતી. મારામાં કોઈ અજબનો સંચાર થઈ રહ્યો હતો. જાણે કે મારા ફાલ્કન તેમની બધી જ શક્તિ મારામાં ઠાલવી રહ્યા છે. તેમનો અઢળક પ્રેમ મને સોંપી રહ્યા છે. તેમની ગજબની આવડતો મારામાં રોપી રહ્યા છે. આ ઘટના બે બાજની ભીતર ઘટી રહી હતી. તેમના અનંત આશીર્વાદ રૂપે કશુંક મારામાં પ્રવેશી રહ્યું હતું. સમજણ જાણે પ્રવાહ થઈને મારામાં પ્રવેશી રહી હતી.

ફરીથી ફાલ્કન બોલે છે : "કૅસ્ટ્રૅલ, તું ખરેખર તાકાતવાળો છે. હવે મને વિશ્વાસ છે. તું ક્યાંય એકલો નહીં પડે. તારી વાતમાં તાકાત હશે. તારી

શાનદાર ઉડાનનો ક્યાંય જોટો નહીં જડે.

"પા તમે આવું બોલીને શું કહેવા માંગો છો ? આપણે સાથે જ રહેવાના છીએ. મારાં પરાક્રમ તમે જાતે જ જોયા કરજો." હું થોડા ગંભીર સ્વરે આંસુ ભરેલી આંખોથી બોલું છું.

"હા, હું કાયમ તારી સાથે જીવવાનો છું. આપણી ફાલ્કા આપણામાં જીવે છે એમ જ..!" તેઓ ભેદભર્યું બોલે છે.

"એટલે..મને સમજાતું નથી પા. આપ મને કોઈ આઘાત ન આપશો. હું ક્યારેય તમને માફ નહીં કરું." મેં રડમસ બોલ્યા કર્યું.

તેઓ નિશ્વાસ સાથે બોલ્યા હતા: "ફાલ્કાએ આપણને આઘાત નથી આપ્યો કૅસ્ટ્રૅલ ?! "

વેદના જીવંત થઈ અમારી ફરતે આંટા મારી રહી હતી. ખબર નહીં મારા ફાલ્કન શું કરશે ? હું તો માત્ર જોયા જ કરું છું. મારી સાથે કેવું બની રહ્યું છે ? એ ઉડાનના મંગલ દિવસો ગાયબ થઈ ગયા છે. મારી ફાલ્કા સાથેની પ્રેમભરી વાતો હવે ક્યાંય નથી. અને ફાલ્કન પણ કેવું બોલે છે ? આ દિવસો આમ જ ચાલશે ?

બસ, મારે ફાલ્કા વગર જીવતાં શીખી લેવાનું...એવા જ કંઈક સમયના ઈશારા છે. હું હવે ગંભીરતા સાથે નાતો બનાવી રહ્યો છું. સ્વીકાર એ જ એકમાત્ર માર્ગ છે, એવું સમજી પણ રહ્યો છું. ઘટનાઓને જીરવવા મજબૂત બની રહ્યો છું.

એ રાત્રે ફાલ્કન મને જોયા જ કરતા હતા. હું ભારે અચરજ અનુભવતો હતો. જે થઈ રહ્યું છે તેના સાક્ષી ભાવમાં..! હવે મને ફાલ્કનની ચિંતા વધતી હતી. મા મારામાં જુનૂન અને નીડરતા વાવીને ચાલી ગઈ. ફાલ્કન મારામાં સમજદારી અને ઠાવકાઈ ભરી રહ્યા હતા. હવે હું ગંભીરતા ભરેલો

યુવાન થઈ રહ્યો હતો. મને કુદરતના ખેલ અને તેમાં જીવવાની ટેવ બંને સમજાય છે.

મને બરાબર યાદ છે, એ અજવાળી રાત હતી. ચાંદાનું તેજ પૂર બહારમાં ખીલ્યું હતું. ફાલ્કનની ચાંચ અને આંખો ચાંદીની જેમ ચમકતી હતી. તેઓ તેજપૂંજ જેવા દેખાતા હતા. તેઓ મારી સામે ચાંદનીનાં શીતલ કિરણોના સ્પર્શ જેવું જોઈ રહ્યા હતા. હું એ સ્પર્શને અનુભવી રહ્યો હતો. ચાંદની સાથે ફાલ્કનના પ્રેમની શીતલતા મારામાં ઠલવાઈ રહી હતી.

એ રાતે લગભગ અમે ખાસ્સું જાગ્યા હતા. અમે વાતો'ય ઘણી કરી હતી. વાતો સંવાદ કરતાં મૌન ભરેલી વધારે હતી. સહજીવન આહ્લાદક હોય છે. અને એકમેકમાં જીવનારું પારસ્પરિક જીવન તો એથીય વધારે અહ્લાદક..! આજે રાત્રી અમારામાં કશોક અલૌકિક આહ્લાદ પાથરી રહી હતી. ફાલ્કને મારા કરતાં ઘણી સવારો અને રાતો જોઈ છે. તેઓ વધારે પરિચિત હશે. એ છેલ્લી રાત અજવાળાં પાથરનારી બની રહી. મારી ભીતરે સમજણનાં અજવાળાં ઝગમગ હતાં.

આખી રાતમાં ક્યારે ઊંઘનું ઝબકું આવી ગયું ખબર નથી. સૂરજ પહેલાં હું જાગી ગયો હતો. થોડું અંધારું તેના અસ્તિત્વ માટે મથતું હતું. ઉજાશનું પૂર હાથવેંતમાં હતું. મેં ઝીણી નજરે જોયું તો મારી આજુબાજુ મારા ફાલ્કન નહોતા. મારામાં ધારદાર પથ્થર વાગ્યાનું શૂળ ભોંકાયું. હૃદયની ધડકન તેજ થઈ ગઈ. જાણે ફટાક કરતી સવાર પડી. અજવાળામાં પણ અંધારું ડોકા કરતું હતું. મેં આમતેમ જોયા કર્યું. દૂર અઘટિતનું અટ્ટહાસ્ય સંભળાઈ રહ્યું છે.

હવે શું ? હું ક્યાં જાઉં ?

મારામાં એકધારા પ્રશ્નો જ ઊઠી રહ્યા હતા. સમાધાન રાતની જેમ આથમી ગયું હતું. હું બૂમો પાડું છું..! "પા..ફાલ્કન..!" પર્વતોની ખીણોમાં મારો અવાજ અથડાઈ પાછો મને જ સંભળાતો. મારી ચિંતાઓએ હવે વેદનાનું મસમોટું રૂપ ધારણ કરી લીધું હતું. હું પાગલ થઈ જઈશ કે કેમ ? અરે ભગવાન ! મેં તમારું શું બગાડ્યું એ તો કહો ? હું દિશાશૂન્ય થઈ ભટકવા લાગ્યો છું.

મેં ઉમેદ ભરેલી ઉડાન ભરી. થોડી ટેકરીઓ વટાવી. થોડું નીચે આવીને ખીણોમાં પણ નજર કરતો રહ્યો. હવે મેં થોડું ઊંચે અને આગળ ઉડવાનું શરૂ કર્યું. આજે મારી ઉડાન પીડાકારક હતી. હું ઉડવા માટે ભારે મથામણ કરતો હતો. મને કંઈજ સમજાતું નથી. મારી દોડ નિરર્થક લાગતી હતી. છતાં અંદરની શ્રદ્ધા મજબૂર કરતી હતી. મેં ખૂબ જ ઊડ્યા કર્યું. અંધાધૂંધ રીતે કશી'ય સમજ વગરનું બસ, પાગલની માફક ઊડયા જ કર્યું.

આખરે હું એક પર્વતની ટોચ પર જઈને બેઠો. આજે ભૂખ નહોતી. મારી અંદરનાં આંસુ સૂકાવા લાગ્યાં છે. છતાં હું ધોધમાર રડી પડવા માંગતો હતો. મારામાંથી ક્ષમતા જાણે સુકાઈ રહી હતી. ખબર નથી..મારી સાથે આવું કેમ થઈ રહ્યું છે. એ પર્વત ઉપરથી મેં ખાસી બૂમો પાડી હતી. લગભગ મારો કંઠ સુકાઈ જાય ત્યાં સુધી..! મારી બૂમો સાંભળવા ત્યાં કોઈ ન હતું. જાતબંધું પણ કોઈ નહીં. હવે તો અવાજના પડઘા પણ શમી ગયા હતા.

થોડીક રાહત પછી ફરીથી પાગલપન ભરેલું ઉડવાનું શરૂ કર્યું. ઊંચે જોઉં છું, ફરીથી નીચે આવું છું. પર્વતોની ટેકરીઓ, તળેટીઓ અને ખીણો કેટલીય વાર ખૂંદી વર્યો. એકનું એક ઊડીને બધું'ય ફંફોસી વળ્યો. લગભગ સાંજના અંધારા સુધી રખડ્યા જ કર્યું હતું. ફાલ્કન ક્યાંય દેખાતા નથી. આવતીકાલની સવાર ઉપર શ્રદ્ધા રાખ્યા વિના છૂટકો નહોતો. હવે હું એકલતાના હવાલે થયો. મારી ફાલ્કા અને મારા ફાલ્કન વગરની એકલતા મને તાકી રહી હતી. તેને મારા ઉપર સહેજ પણ દયા આવી નહીં. નિર્દયતા અને એકલતા વચ્ચે નજીકનો સંબંધ હશે. એટલે જ મને એકલતા નિર્દયી લાગતી હતી. તે એકદમ હૃદયમાં ઊંડા ઘા કરતી હતી.

"હે મારા ફાલ્કન ! તમે ક્યાં જતા રહ્યા ? મને અંદેશો હતો એટલે જ હું તમને વિનવતો હતો. મને એકલો મૂકીને ન જશો. આપે મારો સહેજ પણ વિચાર કેમ ન કર્યો..મારા ફાલ્કન ?!"

ઇંતેજારનો અંત ક્યારે ?!?

કેટલાય દિવસો સુધી મેં ફાલ્કનની રાહ જોયા કરી. રાતદિવસ, સવાર બપોર અને સાંજ ક્યાં પસાર થઈ જતી. તેની ખબર પણ ન પડતી. હવે જાગવું પડે છે એટલે જાગવાનું. ભૂખ લાગે છે એટલે શિકાર કરવાનો. બાકી ક્રૂરતાના અભરખા'ય હવે નથી રહ્યા. થોડી ઉડાનથી મારી મૂળભૂત ક્રિયાને હવાલે થવાય છે. હું મારી ફાલ્કા વિશે તો સ્પષ્ટ હતો કે તેઓ પાછાં નહીં આવે.

ફક્ત મારી મા ને શું થયું હતું ?

આકાશમાં એમને શું ટકરાયું હતું ?

એટલું જાણવું છે. પરંતુ ફાલ્કન તો એક પ્રકારનું રહસ્ય જ બની ગયા. મારા જીવનમાં આ બે સુંદર પાત્રો મારી ખુશીઓ ખાતર કેટ-કેટલું કરતાં હતાં. હવે મને એ પણ સમજાતું કે તેઓ એકબીજાને અઢળક ચાહતાં હતાં. તેમની પારસ્પરિક ચાહનું પરિણામ હું હતો. હવે હું મોટો થઈ ગયો છું. તેઓને કદાચ સંતોષ હશે. ના, પણ ફાલ્કાને કંઈ ન થયું હોત તો ફાલ્કન આમ ભાગી ન જતા.

આ કોની મરજી હશે..? એ મારી બુદ્ધિથી બહાર હતું. એ મરજી જેની હોય તેની પણ છે ખોફનાક..! ભલભલાને હચમચાવી નાખે તેવી ખતરનાક..!

એ ભયંકર ડરામણી ઘટનાઓમાંથી હું પસાર થઈ ગયો છું. હવે પ્રયાસથી પણ એ ક્રૂર દૃશ્યો ભુલાતાં નથી. મારી નજર બસ ફાલ્કનને શોધ્યા કરે છે. આ ઇંતેજાર ક્યારેક ખતમ થશે ? કશું સમજાતું નથી. મારું આવનારું જીવન આમ જ વહ્યા કરશે.! મનોમન કેટલાય સવાલો ખુદને પૂછ્યા કરું છું. એકે જવાબ અંદરથી પડઘાતો નથી. ક્યારે આવશે આવા દિવસોનો અંત..!

હવે તો ફાલ્કનની ગંધ પણ ભૂલી રહ્યો હતો. કેવી રીતે ઓળખીશ હું ફાલ્કનને.? કંઈ વાંધો નહીં, ફાલ્કન મને ઓળખી જશે. મને કૅસ્ટ્રૅલ.. કૅસ્ટ્રૅલ કહેતાં બાજી પડશે. હા જરૂર, તેઓ મને સોડમાં લઈને ખૂબ પ્રેમ કરી લેશે..! આવી કૈંક એષણાઓ રોજ ટોળે વરે છે. કદાચ મન જીવાડવા

એ આશાઓ ઘેરી લેતી હશે..! મને યાદ આવ્યું કેટલાય સમયથી મેં પાણી પીધું નથી. મને તરસ પણ લાગતી નથી. ઘણી સવારો અને રાતો આમ પસાર થઈ રહી છે. મારી પા ને મળવાની ઈચ્છા રોજ નઠારી નિવડે છે.

એકધારા દિવસો વહી રહ્યા છે. આ દિવસો મને જીવવા જેવા લાગતા નથી. પણ ખબર નહીં હું જીવું છું. હું ક્યાંક ટકરાતો નથી એટલે જીવું છું. મારે કોઈને છોડીને ભાગી જવાનું નથી એટલે જીવું છું. એકલો હોવા છતાં જીવું છું. હજી સુધી મને સંતાઈ જવાની કોઈ જગ્યા મળી નથી. અને મારે ક્યાં ગાયબ થવું છે? જેમ જીવાય તેમ હવે હું જીવવા માટે તૈયાર છું. મારા ફાલ્કન એક દિવસ તો જરૂર આવશે. એવી શ્રદ્ધા મનમાં પાળી લીધી છે. અને તેઓ નહીં આવે તો એક દિવસ હું તેમની પાસે પહોંચી જઈશ. મારી ફાલ્કા અને મારા ફાલ્કનની પાસે..! પણ પીડાઓ સામે બાથ ભીડીને જીવીશ.

એક અજબ આકર્ષણ.

એ દિવસ મને બરાબર યાદ છે. કમબખ્ત ભૂખને કારણે શિકાર કરવો જ પડે છે. કોઈ જીવની કિકિયારીઓથી ભૂખ થોડી શમે છે..! કુદરત પળવાર માટે બધું જ ભૂલાવી દે છે. ક્રૂર તરાપમાં ખોરાક દેખાય છે. હું આસમાનમાં ઊડી રહ્યો હતો. નીચે સુંદર કૂંણાં ઘાસનાં મેદાનમાં મારી નજર એક શિકાર ઉપર પડી. મેં નજરમાં સતર્કતા ભરી દીધી. ક્ષણવારમાં નીચે જવાનું છે અને શિકારને પકડી લેવાનો છે. મારો વાર ક્યારેય ખાલી ગયો નથી. હું નાનો હતો ત્યારે થોડી તકલીફ થતી હતી. પણ મારી ફાલ્કાએ બધાજ દાવપેચ મને શીખવી દીધા હતા. હવે હું સક્ષમ છું, સતર્ક છું. મારામાં

બાજની નજર વિકસી ગઈ છે. હવે હું તાકાતવાળું પંખી છું. મારી નજરને શિકાર ઉપર ટેકવીને હું નીચે આવું છું. શિકાર એકદમ મારી નજીક છે. પળવારમાં મારા પંજામાં એ પૂરાઈ જશે.

પણ આ શું ?

એક શિકાર બે બાજના પંજાઓમાં હતો. મેં ઝૂંટવવાનો ઘણો પ્રયાસ કર્યો. એ બાહોશ શિકાર છોડે તેમ નહોતું. અમારી વચ્ચે ગજબની ખેંચાખેંચ ચાલી હતી. આખરે અમારા બન્નેથી શિકાર છૂટી ગયો. મને ખૂબ જ ગુસ્સો આવ્યો. એ પણ લાલઘૂમ થઈ મને જુએ છે. અમે ગુસ્સામાં એકબીજાની નજીક ઉડવાનું ચાલુ રાખ્યું. હું તેની પાછળ પડ્યો. સમય પસાર થયો એમ ગુસ્સો શાંત થયો. બન્નેની નજરો હજી એકબીજામાં ચોંટેલી હતી.

પહેલીવાર મેં 'મા અને પા' પછી બીજા બાજને આટલું નજીકથી જોયા કર્યું હતું. નજદીકમાં ઊડવાથી તેના શરીરની ગંધ અનુભવાઈ રહી હતી. તેથી હું વધારે આકર્ષિત થઈ રહ્યો. 'મા અને પા' ની સંગ જીવવામાં જે અમારી પોતીકી ગંધ અનુભવાતી..એવી અદ્દલ ગંધ મને તેના તરફ ખેંચી રહી હતી. એ માદક ગંધ મારામાં પ્રવેશી રહી હતી. અમે સાથે જ આમ-તેમ ઊડા ઊડ કર્યું. બંનેના શરીરમાંની ભૂખ ક્યાંક ગાયબ થઈ ગયેલી જણાતી હતી. ઘણીવારે લાંબા સમયનું અમારું સહ ઉડ્ડયન આખરે પૂરું થયું.

તેનું પ્રયાણ ધરતી તરફ હતું. હું પણ તેના હવાલે હતો. હવે તો રીતસર હું ખેંચાઈ રહ્યો હોય એવું અનુભવાતું હતું. એ ઘાસના મેદાનો પાસેની નાનકડી ટેકરી ઉપર ઉતરી હતી. એ લીલીછમ ટેકરીઓ હું પહેલીવાર જોઈ રહ્યો છું. હું પણ તેની પાછળ ઉતરું છું. બંને જોડાંજોડ બેઠાં. ખરેખર

હવે અમારી વચ્ચે શિકાર બાબતની ખેંચતાણ રહી નહોતી. ઘણા સમય પછી મને ગમતો હોય તેવો સંગાથ મળ્યો હોય તેવું લાગ્યું. નજરમાં મૌન છવાઈ ગયું હતું. બોલવાની હિંમત કોણ કરે ? એવી જ સ્થિતીમાં બેસી રહ્યાં. પરસ્પર એકીટશે જોયા કર્યું. સામેથી અવાજ પ્રકટ્યો..!

"હું કેસીન છું." તેણે કહ્યું.

"ખૂબજ સુંદર નામ છે."

"આભાર તમારો. મને ખબર ન હતી. મેં જે શિકાર ઉપર નિશાન તાકેલું તેના ઉપર તમે પણ..!" તેણે થોડીક ભૂલ થઈ હોય એમ કહ્યું.

"એ માત્ર અકસ્માત સમજો." મેં કહ્યું હતું.

"આપ મારી પાછળ પડ્યા એટલે એવું લાગ્યું કે તમે મારી સાથે ઝઘડશો." તે બોલી.

"આપ ઝગડવા જેવા નથી." મેં ઘણા સમયની કડવાશ પછી મીઠાશ ઉચ્ચારી હતી.

બસ, આટલા સંવાદ પછી અદૃશ્ય મૌન સ્થપાઈ ગયું હતું. ત્યાં કોઈ અનન્ય સંવાદે અમને બાંધી દીધાં હતાં. છૂટા પડતી વખતે કંઈક જુદેરો સંચાર વ્યાપ્યી રહ્યો હતો. કશુંક છૂટી રહ્યું હતું એવો અહેસાસ પહેલીવાર હતો. મેં બીજું કશું જ પૂછ્યું ન હતું. બસ, 'તે કેસીન છે.'

એટલી મને ખબર પડી હતી. તેના શરીરમાંથી ઉઠતી માદકતાએ તેની પાસેથી દૂર જતાં મને ઘણો દુઃખી કર્યો. છૂટાં પડવું અનિવાર્ય લાગ્યું.

હું ઘર તરફ પ્રયાણ કરું છું. કેસીન મને જોઈ જ રહી હતી. એ તેના ઘેર જ હતી ને ! દૂર તો મારે હટવાનું હતું. કારણ કે એ જગ્યા મારી નહોતી. એ સુંદર જગ્યા છોડતી વખતે મને ઠીક ન લાગ્યું. કદાચ સુંદર કેસીનને છોડતાં પણ..! હવે હું મારી વેદનાઓ ભરેલી જગ્યાએ જઈ રહ્યો છું.

થોડીક ગમતી યાદો ભરીને હું ઘરે પહોંચ્યો. કેમ જાણે આજે મને ભૂખનો અહેસાસ નહોતો. ભૂખ હતી એટલે તો શિકાર ઉપર તરાપ મારી હતી. પણ શિકાર છોડવો પડ્યો. કદાચ એ શિકાર છૂટ્યો તેના જીવનદાનની ખુશીમાં ભૂખ ન હતી. કે કોઈ શિકાર છૂટતી વેળાએ કોઈ પકડાઈ ગયું તેનો હરખ હતો..? ખબર નહીં, પણ મને આજે જીવવા માટેની એક ક્ષણના ચમકારાએ અચંબિત જરૂર કરી દીધો હતો.

"હું કેસીન છું" નો અવાજ મારી ભીતરમાં પડઘાતો હતો. આનંદ આપનારો હતો એ અનુભવ. ક્યાંક છૂટ્યાનું દુ:ખ, ક્યાંક છૂટ્યાનો આનંદ..! ક્યાંક મેળવવાનો વલોપાત અને ક્યાંક કશું મેળવ્યા પછી ગુમાવી દીધાની ભયંકર પીડા. મા અને પા સાથેની અઢળક ખુશીઓ ક્યાં ગાયબ થઈ ગઈ..! કોને પૂછું ?!

મારી ફાલ્કા અને ફાલ્કન યાદ આવ્યાં. જાણે તેઓ મારી સામે બેઠાં હોય તેમ કહી દીધું.

"આજે કોઈ કેસીન મળી હતી. થોડીવાર તેની સાથે રોકાયો. ખરેખર, મને થોડું જીવવા જેવું લાગ્યું. આપનો ખાલીપો ક્યારેય પૂરાય તેમ નથી. પણ એ ખાલીપામાં મીઠી ઘંટડી રણકી હોય તેવું લાગ્યું."

આવું બોલ્યા પછી ફરી ફરી મેં કેસીનને યાદ કર્યા કરી. એ પહેલા શબ્દોએ હું ઘાયલ હતો.

"હું કેસીન છું."

મને એવું'ય થઈ આવે છે. મેં કેમ ન કીધું.."હું કેસ્ટ્રેલ છું."

અફસોસ..! હવે ફરીથી આવું કહેવા મળશે કે કેમ ? એ ટેકરીઓ મને યાદ છે. કદાચ એવું થાય પણ ખરું..! જો ફરી એકવાર ત્યાં જવાય તો જરૂર કહીશ.

"હું કેસ્ટ્રેલ છું."

એ રાત્રે ઘણા દિવસો પછી મને સારી ઊંઘ આવી હતી.

કેટલાક જીવંત દિવસોની શરૂઆત.

દરરોજનો સૂરજ મને કેસીન પાસે પહોંચી જવા પ્રેરતો હતો. બે ત્રણ દિવસ પછી મને વધારે મન થઈ આવ્યું. હું એકદમ કેસીન રહેતી હતી એ લીલીછમ ટેકરીઓ ઉપર જઈ ચડ્યો. ત્યાં કેસીન ન હતી. મેં ત્યાં આમતેમ જોયા કર્યું. થોડીવારમાં કેસીન પાછી આવી. મને જોઈને રાજી થઈ હતી. તેની અજબ સ્ફૂર્તિ કામણ જમાવી રહી હતી.

"કેમ અચાનક આવવાનું થયું ?" તેણે જ પૂછ્યું.

"બસ, એમ જ..!" મેં કહ્યું.

એ મને ઓળખી ગઈ હતી. તેના ચહેરે ઉમંગની લકીરો સ્પષ્ટ હતી.

મેં ફરીથી કહ્યું : "મારું આવવું આપને ન ગમ્યું ?"

"ના, એમ નહીં..દુશ્મનને મળવાની આવી તલાવેલી ?"

"કોણ દુશ્મન ?" મેં પૂછ્યું.

"હું વળી."

"અરે યાર ! આપ જો દુશ્મન બની ગયા હોત તો એ દિવસે ઝઘડો ભારે થયો હોત." મેં પણ થોડી સહજતાએ કહ્યું.

અમારી વચ્ચે સહચર્ય વધી રહ્યું હતું. કેસીનનો સ્વભાવ જરીક મજાકીયો લાગ્યો. તેના હસવામાં મીઠો ઠપકો હતો. તેના અવાજમાં રણકાર હતો. એને ખબર હતી એ દુશ્મન નથી. છતાં કટાક્ષમાં બોલીને વહાલ ઊભું કરી રહી હતી.

મેં થોડી હિંમત ભેગી કરી, કહ્યું : "છેલ્લા કેટલાય દિવસથી આપ મને પરેશાન કરી રહ્યાં છો."

"હું પરેશાન કરું છું...કેવી રીતે ?" તેણે કહ્યું.

"એ દિવસની ઘટના પછી આપ સહજપણે મારામાં ગોઠવાઈ ગયાં છો. તમે જરીક પણ હટતા નથી મારી યાદોમાંથી..! આપે ખૂબ મોટી જગ્યા રોકી લીધી છે...મારી જીવાતી એકલવાઈ ક્ષણોમાં..!" મેં લગભગ શ્વાસ લીધા વિના સડસડાટ બોલી નાખ્યું હતું.

એનું શરમ ભરેલું છતાં ખુશીની છાંટવાળું હસવું મને આજેય ભુલાતું નથી. તેની આંખમાં ઝરણ ફૂટ્યું હતું.

"એવું છે ?" બસ, એટલું જ એ બોલી હતી. મને યાદ આવ્યું. એણે મારું નામ પૂછ્યું નથી. હવે મારે કહેવું જોઈએ.

મેં કહ્યું : "હું કેસ્ટ્રેલ છું"

તેણે ફરીથી કહ્યું "હું કેસીન છું."

"આ શબ્દો ભુલાતા નથી. એટલે તો હું પણ મારું નામ કહેવા આવ્યો

છું કે...હું કેસ્ટ્રેલ છું."

એ જોરદાર હસી પડી હતી. મેં તેનું હસવું મનભરીને જોયા કર્યું. ખૂબ ખૂબ ગમ્યું..! એ ક્ષણ એકલતામાં ખપ લાગે તેવી હતી. તેનું હસવું આનંદ લહેરખીઓ જેવું હતું..!"

"કેસ્ટ્રેલ, તમે તમારું નામ કહેવા માટે અહીં સુધી આવી ગયા." તેણે હસવું દબાવીને કહ્યું.

"તમે તમારું નામ કહ્યું હતું. મારું નામ કહેવું બાકી હતું ને ? હું થોડા પાગલ સ્વરે બોલ્યો હતો.

મને પહેલીવાર જુદો જ અનુભવ થઈ રહ્યો હતો. મારી ફાલ્કા અને ફાલ્કન સાથે જે પ્રેમ હતો એવો જ. પણ અહીં થોડું જુદેરું આકર્ષણ વધારે જણાતું હતું. મને કેસીન ખૂબ ગમવા લાગી હતી. 'મા અને પા' ગમતાં એ સહજ હતું. પણ કેસીન ગમતી થઈ એ જરા આશ્ચર્ય પમાડે તેવું હતું. ફરી ફરી તેની સાથે વાતો કરવાનું મન થતું હતું. ફરીથી શિકાર માટે ઝપાઝપી કરવાનું મન થતું. તેની સામે જોયા કરું અને મારું નામ એ વારંવાર બોલે તે સાંભળ્યાં કરું. ગજબનું આકર્ષણ હતું આ..! હું મારી રહેવાની જગ્યાએ

જાઉં છું, ત્યારે એવું લાગ્યા કરતું કે હું'ય લીલીછમ ટેકરીઓ ઉપર રહેવા ચાલ્યો જાઉં. કેસીન સાથે..! પરંતુ વિચાર આવતો એને ગમે તો મારાથી જવાય..!

આવું વિચારવાનું અને ક્યારેક એ લીલીછમ ટેકરીઓ ઉપર જઈ આવવાનું. આમ વહે છે મારા દિવસો. હવે આ દિવસો થોડા રંગીન થયા છે. તેમાં સુંદર અવાજ પણ ભર્યો છે. સાથે ગમતી સુવાસ પણ ભળી હોય તેવું લાગે છે. હવે, કેસીનની સાથે જીવવાના ઓરતાં થઈ રહ્યા હતા. તેની પાસે જ રોકાઈ જવાની ઈચ્છાઓ ક્યારે પૂરી થશે !?

અલક મલકની અઢળક વાતો.

કેસીન અને કેસ્ટ્રેલ..કેવું સરસ લાગે છે. હવે તો અમે રોજ મળીએ છીએ. સહજતાએ અમારી વચ્ચે ગજબનો અનુબંધ રચાઈ ગયો હતો. મેં મારી ઘણી વાતો તેને કહી દીધી. મારા ફાલ્કન અને મારી ફાલ્કાની અણધારી વિદાય પણ કહી દીધી. હું હવે જીવવા માગું છું એવું પણ કહી દીધું. તેણે મારામાં ખૂબ રસ દાખવવા માંડ્યો હતો. મારા કરતાં કેસીન મને મળવા આતુર રહેતી હતી. અમે સાથે જીવતાં અને ઘણીઘણી વાતો કરતાં. આસમાનમાં ઊંચી ઉડાન ભરતાં હતાં. સાથે શિકારની મોજ માણતાં હતાં. સરોવરના બર્ફીલા પાણીમાં છબછબિયાં કરતાં. ખુલ્લા ઘાસનાં મેદાનમાં છુપાઈ જવાની રમતો રમતાં હતાં. ખૂબ જ સુંદર દિવસો વહી રહ્યા છે. કેસીન હું અને અમારા આનંદભર્યા દિવસો.

ક્યારેક હું ફાલ્કા અને ફાલ્કનની વાતો કરતાં ખૂબ ભાવુક થઈ જતો. મને દુઃખી જોઈને કેસીન રીતસરની તડપી ઉઠતી હતી. એ તડપન જોતાં હું મહા મહેનતે સ્વસ્થ થઈ જતો. આખરે મારી પીડાથી હું તેને દુઃખી કરવા માંગતો નહોતો. મા અને પા નું દેહાનુબંધ છૂટયાં ને વરસો વીતી ગયા છે. ફક્ત તેમની સાથે વિતાવેલી ક્ષણો જ મારી પાસે છે. હવે કેસીન મારી આજ બની ગઈ છે. હવે મને જીવવાનો આનંદ આવી રહ્યો છે. કેસીન સાથે ધરાઈને વાતો કરવાની મજા આવે છે. હરપલ તેની સાથે જીવવા હું અધિરો બની જાઉં છું. એ પણ એટલી જ તૈયાર છે, મારી સાથે જીવવામાં..! મારી સંગાથે ધરાઈને વાતો કરવા. તેથી'ય આગળ ક્ષણેક્ષણનું સખ્ય ભોગવવા પણ રાજી છે.

'કેસીન' કોણ છે ? એ કશું જ જાણવાનો મેં પ્રયાસ કર્યો નથી. બસ, મને તેની સાથે ફાવે છે. તેને મારી સાથે ફાવે છે. મને દિવસનો ઉગમ ગમે છે. અને આવતીકાલના દિવસનો ઇન્તેજાર કરતી રાત પણ એટલી જ ગમે છે. એક પછી એક રાત ગઈકાલની યાદોથી મસ્ત બની રહી છે. કેસીનને આવું અનુભવાતું હશે કે કેમ ? મને ખબર નથી. પણ મને એટલું ચોક્કસ સમજાય છે કે તેને મારાથી અણગમો નથી. કેસીન એક ક્ષણ માટે પણ મારાથી કંટાળી જતી નથી. એટલે મને પણ વિશ્વાસ છે તે મને પસંદ કરે છે. હું તેને અઢળક ચાહવા લાગ્યો છું. ઊંઘ ઉડ્યા પછીની હરેક હરકતમાં એ શામિલ હોય છે. તેની સાથે વિતાવેલી પળો મને મીઠી નીંદર આપે છે. ફરીથી સવારનો સૂરજ ઉમ્મીદો લઈ ઉદ્ભમિત થાય છે. રાતનાં સપના હવે પોળો ખાવા બેસે છે. નવલી ઘટનાઓ સ્મૃતિમાં સચવાવા ખડી થાય છે.

હવે આ મારું નિત્ય છે. રોજ કેસીનની સાથે મન ભરીને ઉડવાનું. તન ભરીને ખાવાનું. દિલ ધરાય એટલી વાતો કરવાની. પછી નિરાંતની ઊંઘ લેવાની..!

એક સંબંધની શરૂઆત.

એ દિવસ ખૂબ સુંદર હતો. સવારની તાજગી કંઈક વધારે જણાતી હતી. મને જલદી કેસીનના ઘરે પહોંચવું હતું. આજે તેની સાથે અંત:કરણ ખોલીને વાતો કરવી છે. એ દિવસે શીતલ જળમાં મેં ખાસ્સી ડૂબકીઓ લગાવી હતી. સૂરજની તાજગી શરીરે વીંટી લીધી. થોડો પ્રકાશ પી લીધો. મારાં પીંછાં ખૂબ જ ચોખ્ખાં થઈ ગયાં હતાં. તેમાંથી સૂરજદેવે પાણી સૂકવી દીધું હતું. મને કેસીનના ઘરે જવાની ઉતાવળ હતી. છતાં પણ હું થોડી ટાપટીપ વધારે કરી રહ્યો હતો. આજે દેખાવ પ્રત્યે મારો ઝૂકાવ વધારે હતો.

હું લીલીછમ ટેકરીઓ ઉપર જવા તૈયાર હતો. અનેરા ઉત્સાહથી ઉડાન ભરી છે. મને એકાએક અઢળક ફૂલોવાળી વેલી યાદ આવી. હું એ તરફ સહજ વળી ગયો હતો. એ વેલીનાં સુંદર ફૂલોની ખુશ્બુ મારા શ્વાસમાં ભરી લેવા. હું રીતસર ફૂલોને ઘસડાઈને ઊડ્યો. ખુશબોને મારા શરીરે ધારણ કરવા કાજે. મને ખબર નથી હું આવાં પાગલપન કેમ કરી રહ્યો છું..! આજે અમસ્તાં આવી હરકતો આનંદ આપે છે, એટલું જરૂર કહું.

હું લીલાછમ પહાડો તરફ જઈ રહ્યો છું. એ પહાડોએ મારામાં ગજબ આકર્ષણ પેદા કર્યું છે. 'મા અને પા' પછી મને આકાશ ગમતું. અને હવે

કૅસીન ગમે છે. તેની સાથે એ સુંદર લીલોછમ ડુંગર પણ ગમે છે. ત્યાં કૅસીન રહે છે...કદાચ એટલે જ મને ગમે છે. જે હોય તે હવે મારાં ગમવાનાં ક્ષેત્રો વધી રહ્યાં હોય એવું લાગે છે. પહેલાં આકાશમાં એકલો ઊડતો હતો. હવે રૂપાળો સંગાથ હોય છે. સુંદર અવાજ મારી સાથે ઉડાન ભરે છે.

કૅસીન સાથેની આકાશી સહેલ મારી આનંદ સહેલગાહ બની રહી હતી. ક્યારેક એકલો પડું ત્યારે 'મા અને પા' જાણે મારી સામે બેઠાં હોય તેમ બધું કહું છું. પાગલની જેમ કૅસીનની વાતો કરું છું. ત્યારે મારી ફાલ્કા હોંકારો દઈ સાંભળે છે તેવું અનુભવાય છે. ફાલ્કન મારી વાતોથી હસી પડે છે. મારી મજાક ઉડાવે એવું'ય અનુભવાય છે. મારી કૅસીને જાણે ફરીથી 'મા અને પા' ને મારામાં જીવતાં કરી દીધાં છે.

મારી ઉડાન એ પર્વત ઉપર આવી ગઈ હતી. હું નીચે ઉતરણ કરું છું. હવે મને કૅસીન દેખાય છે. મેં નીચે ઉતરતાં પહેલાં પાંખો ફફડાવી હતી. આનંદભરી જોરદાર કિકિયારી કરી હતી. કૅસીન મને જોઈ રહી હતી. એ ખડખડાટ હસી રહી હતી. મારી પાંખોમાં ચોંટેલી ફૂલોની રજ તેના ઉપર ખરતી હતી. તેનાથી તો એ વધારે રાજી થઈ ગઈ.

"શું કરે છે કૅસ્ટ્રૅલ ? નીચે આવ."

તેનો આવકાર મને ગમ્યો. મીઠપ ભરેલા અવાજે હું નાચી ઉઠ્યો.

તેની સુંદર ડોક મારી તરફ છે. તેની ચમકતી આંખોમાં મારા આવવાની ખુશી હતી. બાજમાં પણ રૂપ હોઈ શકે એ કૅસીનને જોયા પછી જ સમજાય

છે. તે ખૂબ રૂપાળી હતી. અને તેથીય રૂપાળું તેનું નિખાલસ હૃદય..! હું ઝડપથી નીચે આવું છું.

આજે તેની લગોલગ આવી બેઠો. પહેલી વખત આટલી લગોલગ. મારામાંથી જોરદાર ખુશબો આવી રહી હતી. તેણે તેની ચાંચ મારી ચાંચને અડકારી. પહેલવહેલું આવું અદ્ભુત અભિવાદન અનુભવ્યું. મારામાં અધ્ધર શ્વાસનો રાજીપો હતો. તેજ થઈ રહેલી ધડકનનું સંગીત આજે કંઈક વિશેષ હતું. મને હળવો સ્પર્શ કરીને કૅસીને ઉડાન ભરી. મને નવાઈ લાગી. તેણે આમ શું કામ કર્યું ? હું પણ તેની પાછળ ઊડવા લાગ્યો. એ વધારે ઊંચી નહોતી ઊડી રહી. એ લીલાછમ પહાડની ઉપર જ ઊડી રહી હતી. હું એકદમ તેની પાછળ જ હતો. એ થોડા ઊંચા પહાડ ઉપર નીચે ઉતરવા લાગી. એ થોડી નિર્જન જગ્યા હતી. ત્યાં પક્ષીઓની ચહલ પહલ પણ નહોતી. ત્યાં સુંદર વૃક્ષો અને છોડવા હતા. થોડાં રંગબેરંગી ફૂલો હતા. ખૂબજ આકર્ષક જગ્યાએ કૅસીન અને હું આવી ગયાં હતાં. કુદરતની સુગંધથી પર્વત પર મધુરપ છવાયેલી હતી.

કેસીન એક જગ્યાએ નીચે ઉતરે છે. હું પણ થોડીક જ ક્ષણોમાં તેની પાસે હતો. ઉડાનના શ્વાસ હેઠા બેઠા. નીરવતા સ્થપાઈ ગઈ હતી. અમે એકબીજાને જોયા જ કર્યું. થકાનની ધડકન શાંત બની. પણ કોઈ અલૌકિક સ્પર્શાનુભૂતિએ ધડકન તેજ કરી હતી. અમે લગોલગ આવી ગયાં. પહેલીવારનું એ તંતોતંત આલિંગન હતું. ચાંચમાં ચાંચ પૂરાવીને શ્વાસની ખુશ્બુની આપ લે કરી હતી. થોડીવાર પછી બંનેની આંખો અખંડ આનંદમાં મીંચાઈ ગઈ. એકાએક અમારાં બંનેની ભીતર ઉઠેલા કામે અમને બાનમાં

લઈ લીધાં હતાં. પહેલાં ક્યારેય ન ઘટેલી એ ક્ષણો હતી. અમે અદમ્ય આનંદના આક્રમણમાં અટવાઈ ગયાં હતાં. બંનેમાંથી કંઈક વિશેષ વછૂટી રહ્યું હતું. માદક ગંધ ભરેલી ચીકાશના તાબે અમે કેટલીય પળો જીવ્યાં.

પહેલીવાર અમારા વચ્ચેની કુદરતી અસમાનતા એકત્વ ધારણ કરી ચૂકી હતી. બે વિજાતીય વચ્ચેનું એ પહેલું મિલન હતું. મેં આવા મિલનની કલ્પના પણ કરી નહોતી. જીવનની કલ્પના કે અદૃશ્ય ખ્યાલ હવે ઘટના બની ચૂક્યો હતો. તેણે હકીકતનું રૂપ ધારણ કરી લીધું હતું. મેં ખૂબ લાંબો સમય મારી પાંખોમાં કેસીનને સમાવી રાખી. બંને થોડાં શિથિલ હતાં પણ એકબીજાનું સખ્ય માણતાં તાકત એકઠી કરી રહ્યાં હતાં. બે જીવો વચ્ચે આ ગજબનું કામણ છે. એ કોણે જન્માવ્યું હશે ખબર નથી. ફક્ત કુદરતના નિમિત્તોનું અનુસરણ માત્ર હતાં અમે..!

મારી કેસીન ખૂબ ખુશ થઈ ગઈ હતી. એ ખુશીમાં પહેલીવાર મેં શરમ ભરેલી જોઈ હતી. ખુશીનું આ જુદું જ સ્વરૂપ મને દેખાયું. આમતો કેસીનથી વધારે હું ખુશ હતો. કારણ કે સમયે શરીરની બીજી ભૂખ જન્માવી હતી. આજે તૃપ્તિની મર્યાદા ઓળંગનારી ભૂખે માથું ઊંચક્યું હતું. હવે પેટની ભૂખ ઊભી થઈ હતી. મેં કેસીનને કહ્યું : "તું થોડીવાર અહીંયાં બેસ. હું હમણાં જ આવું છું. તેણે ફક્ત મૌન મરજી બતાવી."

એ દિવસે નજીકના સરોવરમાંથી મને ખૂબ જ મોટું માછલું મળ્યું હતું. એ દિવસ ખૂબ શુકનવંતો હતો. તેની મને ખબર પડી ગઈ હતી. અમે પહેલીવાર એકબીજાને ખવડાવી રહ્યાં હતાં. એ ખોરાક કંઈક વિશેષ

લાગ્યો હતો. એક એક કોળિયો જાણે અમીરસ બની રહ્યો હતો. એ બપોરે પણ અનેરી કૃપા વરસાવી હતી. અમે બીજી ભૂખે પણ તૃપ્ત થયાં હતાં.

અમે એક સુંદર ઉડાન ભરી. આજે આસમાનમાં અનેરા રંગો પ્રગટ્યા હતા. આટલા રંગો હું પહેલીવાર જોઈ રહ્યો હતો. એમાં અમારા આનંદનો એક રંગ ઓર ભર્યો હતો. આજનો સૂરજ મને ખૂબ જ વહાલપ વિખેરતો લાગે છે. પાગલની જેમ કિકિયારીઓ કરીને અને પાંખથી પાંખને અડકારી અમે ખૂબ ઊડ્યાં હતાં. એ અમારી સૌથી સુંદર ઉડાન હતી. અંગોમાં જુદાંજ પ્રકારની તાજગી ભરેલી ઉડાન હતી એ..!

નવી જગ્યામાં નવું જીવન.

એ શુકનવંતા દિવસે મને કેટલું બધું આપ્યું હતું..! સાંજ પછી અમે મનોમન નક્કી કરી નાખ્યું કે આપણે હવે એકસાથે જ રહેશું.

આપણા આ નવા મુકામે..!

હા, એ લીલીછમ ટેકરીઓ ઉપર..!

હા, એ સુગંધભરેલી ટેકરીઓ ઉપર..!

અમારે મન મમત્વ જેવું કશું હોતું નથી. છતાં એક મમત્વ ખરું.! એ આખી ધરતી અને આકાશનું મમત્વ. અત્યારે તો મને કૅસીનનું અને તેને મારું મમત્વ છે. હવે અમે એકબીજાની પાસે છીએ. પછી અમારે બીજું શું જોઈએ ? અમે એ નવી ટેકરીઓ ઉપર વસવાનું લગભગ નક્કી કરી દીધું હતું.

એ સુંદર સાંજ પર નિરાળી હતી. સૂમસામ ટેકરીઓ ઉપર ઘણાં બધાં પંખીઓ આવી ગયાં હતાં. અમને નવાઈ લાગી. એ બધાં આનંદની કિકિયારીઓ કરતાં હતાં. અમને અનહદ અચરજ હતું. કદાચ એ અમારા બંધનની બધાઈ હતી. સુંદર પંખીઓ અને કેટલાંક બાજ પણ અમારા ઉપર હેત વરસાવતાં હતાં. અમે બંનેએ પાંખો ફફડાવી સૌનું અભિવાદન ઝીલી લીધું હતું. પંખીનો આનંદ તેની પાંખમાં અને કંઠમાં છુપાયેલો હોય છે. આનંદ બંને રીતે એ પ્રકટ થઈ રહ્યો હતો.

અમે અમારી જાતને ખૂબ જ ભાગ્યશાળી અનુભવીએ છીએ. આભલા જેટલો આનંદ અમારામાં ઊભરી રહ્યો હતો. ફરી ફરી અમે અભિવાદન ઝીલ્યા કર્યું. કાયનાતની શુભેચ્છા પામીને અમે ખૂબ જ ભાવુક બની ગયાં હતાં. એક ઊંચા પથ્થર ઉપર અમે બેઠાં છીએ. કેટલાંક પંખીઓ અમારી નજીક ઊડાઊડ કરે છે. કેટલાંક થોડાં ઊંચે..! એ લીલીછમ ટેકરીઓ આજે રંગોથી ભરપૂર લાગતી હતી. સાથે પંખીઓના સુંદર ભાવોના પ્રાકટ્યથી વધારે ઘમઘમી રહી હતી. એ સૂમસામ જગ્યા ઉપર આજે ગજબનો પ્રાણ ફૂંકાયો જાણે..! એ અમારું નવું ઘર હતું. રાત પૂર્વેની પંખીઓની અભિનંદન ઉડાનો એ અમે તૃપ્ત થયાં. અમારો નવો ગૃહ પ્રવેશ પણ કંઈક વિશેષ જણાયો.

હું મારી ફાલ્કા અને ફાલ્કનને યાદ કરું છું. તેમની મારા જન્મ્યા પૂર્વેની જીવનની લીલા કંઈક આવી જ હશે. ખૂબ જ આનંદની અસ્ખલિત લહેરખીઓ જેવી જીવનલીલા હશે..! એટલે જ મા વગર પા ભાંગી પડ્યા હતા. આજે મને ફાલ્કન ઉપર અભિમાન થઈ રહ્યું હતું. આપ મા ને કેટલું

ચાહતા હતા. મને જબરો ગુસ્સો આવે છે, તમે લોકો મને મૂકીને ચાલ્યાં ગયાં. મારું આપની સાથે જીવવાનું સખ્ય આટલું ટૂંકું કેમ રહ્યું..? આપણું સાથે રહેવું કેટલું શાનદાર હોત..!

મને સમજાય છે પા. આપના જીવનમાં ફાલ્કાની શું ભૂમિકા હશે..! આપના માટે ફાલ્કા વગર રહેવું કેટલું દુષ્કર હશે..! આજે હું સમજી શકું છું. પણ આજે તમે હોત તો મારી ખુશીઓ બેવડાઈ ગઈ હોત.!મારી ફાલ્કા અને ફાલ્કનનો કેસ્ટ્રેલ આજે એકલો નથી. તેની સાથે કેસીન છે. આપણે સાથે કેટલાં ખુશીથી રહેતાં હોત..! 'મા અને પા' આજે મારી ખુશીઓમાં આપની હાજરીનો અભાવ મને ડંખે છે.

એ યાદગાર દિવસો અને રાત્રીઓ વચ્ચે જીવન ગોઠવાઈ ગયું હતું. એ રાત મને વધારે યાદ છે જેમાં ફરીથી ઐક્યનું સંધાન હતું. અદ્વૈત રચાઈ

ગયેલી એ પહેલી રાત મને યાદ છે. ચાંદનીનો ઉજાસ ભરેલું આકાશ હતું. આખાય પર્વત ઉપર જાણે ચાંદી પથરાયેલી હતી. એ લીલીછમ ટેકરી ઉપર અમે બે જ હતાં. તારલાઓના ઝગમગાટ વચ્ચે અમારી ભીતરનો ઝળહળાટ કંઈ ઓછો નહોતો. પહેલીવારનું સંવનન હવે જૂનું થઈ ગયું હતું. ફરીથી એ અદ્ભુત મિલનની વેળા આવી. સ્વને ભૂલી જનારી, એકત્વની પરાકાષ્ઠા, એકમેકમાં ઓતપ્રોત થઈ જીવી જનારી પળો. અણગમા વગરની સ્વીકૃત ક્ષણોથી અમારું સખ્ય વધતું જતું હતું.

એ રાતે અમારામાં એવા ચમકીલા તારલાઓ સજાવ્યાં કે વાત ન પૂછો. તેજના ફુવાર જેવાં હતાં અમે. એકમેકની સોડમાં ક્યારે નીંદર આવી એ પણ ખબર નથી. કેટલું જાગ્યા એ પણ વિસરાઈ ગયું હતું. યાદ છે ફક્ત

ઉન્માદ ભરેલો શ્વાસ. હૃદયની ધડકનમાં રણકતું જુદા જ પ્રકારનું સંગીત. અને આંખોમાં અંજાઈ ગયેલી મદહોશી. એટલું જ યાદોમાં સચવાતું ચાલ્યું આવ્યું હતું. આજનો દિવસ ખૂબ સુંદર રીતે મારામાં વવાઈ ગયો હતો. તે પણ આગવા રંગોના મેળવણ સાથે..! આવી ક્ષણોને યાદ કરીને આખી જિંદગી જીવાઈ જાય.

સૃષ્ટિનાં દરેક જીવોનું આ યુગોની પરંપરા જેવું સખ્ય છે. ખરેખરું જીવનારાંની શાશ્વત ક્રિડા છે. આવી ઉન્માદક યાદોની ગોઠડી જેવી છૂટે ત્યાં પીડાનાં વાદળો હટી જાય. આનંદે આનંદ છવાઈ જાય. બે જીવોનું પારસ્પરિક કામણ ઉત્તમ યોગ છે. તે દિવસની જેમ રાત પણ અણમોલ હતી. અમે ક્ષણોનું અમૂલખ ભાથું બાંધી દીધું હતું.

સુંદર જીવનની શરૂઆત.

જ્યારે ફાલ્કા મારી પાસે હતાં ત્યારે જે સવારો પડતી એ ફરી મારા ભાગ્યમાં પાછી આવી છે. અને રાતો પણ રંગભરેલી એવી જ. ફાલ્કા અને ફાલ્કનની અઢળક હૂંફમાં મારો ઉછેર થયો હતો. પણ એ હૂંફનો સમય થોડો મર્યાદિત હતો. પછી હું એકલો થઈ ગયો. પછી રઝળપાટ થયો. અને હવે હૃદયને ચીરી નાખતી એકલતા વચ્ચે કેસીન મળી. મને મળેલો એ હૂંફનો સાગર જાણે..! એટલે જીવવા જેવી સવારો કહું છું. નિર્ભીક ઉડાનો મને ગમી રહી છે. સાથમાં ઊડવાની તરાહોથી ખૂબ રાજી થવાય છે. કેસીનનું મદહોશ હાસ્ય તો મારી સૌથી મોટી મૂડી છે. હજુ પણ હું વારંવાર તેની પાસે પેલું વાક્ય બોલાવું છું. એ મારી જીદને અનુસરી બોલે પણ છે. "હું કેસીન છું." પછી તો હું ખૂબ ખૂબ રાજી...!

શિકાર પકડવાની તીક્ષ્ણ નજર એ બાજની આગવી લાક્ષણિકતા છે. વલખાં મારવાં, વલોપાત કરવો બાજને ન ફાવે. એક દિશા એક જ લક્ષ્ય અને એક જ પરિણામ..! એ બાજની આંતરિક તાકાત છે. ઈશ્વરે અમને અનેરી શક્તિથી ભરી દીધાં છે. કૅસીન પણ શિકાર ઉપર તરાપ મારવામાં એટલી જ પાવરધી હતી. તેણે મારા ખુદના શિકાર ઉપર કેવી તરાપ મારી હતી ? એ બરાબર મને યાદ છે. એ ઘટના પણ એટલી જ લાજવાબ રહી..મને કૅસીન મળી ને એટલે..!

બાજ તેની ત્વરા માટે ખૂબ જ પ્રખ્યાત છે. ચાંચની અણી જાણે કટાર. સાથે પંજાના નહોર પણ શિકારને પકડવા મજબૂત હોય છે. પોતાના શરીરના વજન કરતાં બેથી ત્રણઘણો ભારે શિકાર ઉઠાવવાની તાકાત બાજમાં હોય છે. બાજની આ ગજબની સાહસિકતા છે. મને બાજની શક્તિની વાતો કરતાં કૅસીન સાથે જીવવાની પળોમાં વધારે રસ છે. પરાક્રમ તો પોતાના ખોરાક મેળવવા માટે છે. પણ પ્રેમ મેળવવામાં પરાક્રમની જરૂરિયાત નથી. હું કૅસીનનો છું એ વાત મને આનંદ આપે છે. કૅસીન હવે મારી છે, એ મારું ભાગ્ય બની ગઈ છે. એ સહજતાએ મને મળી ગઈ છે. કૅસીન મારી આજ અને કાલ છે. હું ઈશ્વર સામે ખૂબ બળાપો કાઢતો હતો. કદાચ એટલે જ તેમણે મને કૅસીન આપી દીધી છે.

એકલો-એકલો 'મા અને પા' વગરનો હું. ખૂબ જ કંટાળી ગયેલો હતો. એ વખતે કૅસીને મારામાં પ્રવેશ કર્યો. હું તેનામાં પ્રવેશી ગયો હતો. તેણે મારો સ્વીકાર કર્યો હતો. આ સ્વીકાર જ તો પ્રેમ છે. મારી ફાલ્કાનો અનહદ આશીર્વાદ મારા ઉપર વરસી પડ્યો હતો. એટલે જ અચાનક મારા

જીવનમાં કૅસીન આવી. તેણે મને દીવાનો બનાવી દીધો હતો. એ મારી બાહોમાં પૂરાઈ જવા અને મને હૂંફથી ભરી દેવા મારા જીવનમાં આવી છે. તે આવી છે મારી ઉડાનમાં ગજબનું ચૈતન્ય ભરવા કાજે. અને હવે તો મારી કાયનાતમાં કંઈક વિશેષ જીવાડવા માટે. જિંદગીમાં નવાં અજવાળાં પાથરવા આવી હતી તે..!

કૅસીન કહે તે બધું જ કરી દેવા હું તૈયાર છું. બસ, મને તેની ખૂબસૂરત નજર જોઈએ છે. તેનો રણકતો અવાજ જોઈએ છે. મારી સંગમાં સતત જીવનારી કૅસીન મારી આવનારી જિંદગીનું ચાલકબળ બની ગઈ છે. મારી ફાલ્કાની જેમ 'મારી કૅસીન' કહેતાં હું સહેજ પણ ખચકાતો નથી. 'મા અને પા' પણ સ્નેહના બંધનને ક્યાં ઓછું આંકે છે? તેમના થકી તો પ્રેમના બંધનનું મહાત્મ્ય મને સમજાયું છે. માત્ર સમજાયું તેમ નહીં..! હવે જીવવા માટે પણ જરૂરી જણાય છે. જીવનની હરેક સુંદર પળો અદ્ભુત ઘટમાળ બની જતી હોય છે. અને ઘટનાઓની યાદ એ જ તો જીવવાનું ગતિસ્ત્વં છે..!

મારા ફાલ્કન મારી ફાલ્કાને આવો જ સ્નેહ કરતા હશે. તેમના સ્નેહને વંદન કરું છું. હવે તેઓ ક્યાં હશે ? મારી પાસે હોત તો તેમના કૅસ્ટ્રૅલ અને કૅસીનના પ્રેમથી પણ રાજી થતા. પણ પોતાનું અંગત ગુમાવ્યા પછીનું જીવતર શૂન્ય જણાતું હોય તે ટકે ખરા ? તેઓ હવે જીવી રહ્યા છે કે કેમ એ પણ હું જાણતો નથી. મારે તેમની સાથે જીવવું હતું. પણ ફાલ્કને કોઈ જુદો જ માર્ગ અપનાવી લીધો હતો. મને ખબર નથી તેઓ કયા માર્ગના પ્રવાસી હશે..! કદાચ તેઓ મારી ફાલ્કા પાસે પહોંચી ગયા હોય..!

મારા જીવનને એક સુંદર રફતાર પકડી છે. દંભ વગરનું પ્રેમભર્યું જીવન એ અમારી આજ અને કાલ બની બેઠું છે. હું બેધડકપણે કહી શકું છું કે હું આજને આનંદપૂર્વક જીવી રહ્યો છું. એ મારી ગઈકાલ સુંદર હતી તેનો પૂરાવો છે. હવે મારી આજ આવતીકાલની યાદો બની જશે. આ મારા જીવનનો ઉત્સાહ છે, ઉમંગ છે.

મારી કૅસીનની એક વાત કરવાનું ભૂલી ગયો. એ આખો દિવસ બાજનાં નાનકડાં બચ્ચામાં જીવતી રહેતી હતી. બીજાં બાજ નિશ્ચિંત પણે તેમનાં બચ્ચાંને કૅસીન પાસે મૂકી જતાં. એ બાજનાં બચ્ચાં સાથે અલક-મલકની વાતો કરતી. બચ્ચાં પણ તેને ખૂબ પ્રેમ કરતાં. તેની પાસેથી હટવાનું આવે તો બચ્ચાં થોડો કકળાટ કરતાં. મને એ ખૂબ ગમતું. કૅસીન ખરેખરો પ્રેમ વાવી શકે છે. મને પણ એ બાળકની જેમ જ વહાલ કરે છે. બાળકના જેવું હું'ય શીખી રહ્યો છું. હું ક્યારેક ખૂબ જીદ પણ કરું છું. ક્યારેક ગુસ્સો પણ..! કૅસીન ખૂબજ સાલસ છે, સહજ છે. એ બાળકને પોષી શકે એટલી સક્ષમ અને ગંભીર પણ છે. મારી કૅસીન લાખોમાં એક છે..!

ઉન્નતિનાં શિખર તરફનું પ્રયાણ.

આજે કૅસીન અને હું આનંદની સહેલગાહમાં છીએ. અતિ સુંદર અનુભૂતિઓ એ અમારી નિત્ય પ્રાપ્તિ છે. કૅસીન મારી ફાલ્કા જેવી છે. મારી ફાલ્કા તો મને જ સાચવતી હતી. પણ આ તો કાયનાતનાં બચ્ચાંની ચિંતા કરનારી છે. એ પેલાં બચ્ચાંની વાતો કરતી હતી. "કૅસ્ટ્રેલ, બચ્ચાં આપણું ભવિષ્ય છે. તેઓ કાયનાતની આબરુ છે. તેમને જેટલું શીખવીએ એટલું ઓછું છે. અનુભવ ગતિશીલ રહેવો જોઈએ. સંક્રમિત પણ રહેવો જોઈએ.

તેના ઉપર આપણું સમગ્ર અસ્તિત્વ ટકેલું છે." કૅસીનની જેમ તેની વાતો પણ દમદાર હોય છે. હું તેને સાંભર્યાં કરું છું.

તે ઉડાનની ઝડપમાં કાબેલ. તેની તેજસ્વી આંખોનો પ્રભાવ. શિકાર પરની કાતિલ નજર બન્ને લાજવાબ છે કે પાવરધી છે..? હું'ય કંઈ ઓછો પાવરધો નથી. અમે બંને એકબીજાને ટપી જઈએ તેવાં છીએ. પણ મારી કૅસીનથી હું સદાસદા હારવાનું પસંદ કરીશ. કેમ ખબર છે ? એ મને ખૂબ વહાલી છે, વહાલું હોય તેની આગળ જીતવાના ઉમળકા ન હોય. બધું જ સમર્પિત હોય ત્યાં. શરીરથી 'સ્વ' સુધી..!

એક દિવસ કૅસીન મારી લગોલગ બેઠી હતી. મારી પાંખો પસવારતી હતી. નિરાંત પણ વજૂદ ભરેલી હતી. એ મને પૂછે છે: "આપણા જીવનમાં રાત દિવસ કંઈક વિશેષ રૂપે ન આવવા જોઈએ ? આપણું આકાશ અને આપણો સૂરજ નિતનવી આશાઓ જન્માવી ન શકે ? એકે-એક દિવસની જિજીવિષા ધબકતી ન હોવી જોઈએ ?

મેં સતર્ક થઈ કહ્યું ; "એ'ય તું કેમ આવડી મોટી વાતો કરે છે. રહે છે નાનાં બાળકો સાથે અને વાત કરે છે ખૂબ મોટેરાં જેવી..!"

"એમ નહીં કૅસ્ટ્રૅલ આપણે શક્તિશાળી છીએ. આપણે પરાક્રમી છીએ. આપણે ખુદ્દાર છીએ. એ પરાક્રમ દિવસે-દિવસે ધારદાર બનવું જોઈએ. આપણે જ્યાં છીએ તેનાથી આગે કદમ..! તે લાંબુંલચક બોલી હતી."

મેં કહ્યું : "તું ભઈ, આજે મોટી-મોટી વાતો કેમ લઈને બેઠી છો ?"

"કેસ્ટ્રેલ, તમે મહાન ફાલ્કા અને ફાલ્કનના દીકરા છો. તમે જ કહેતા કે મારી મા મારામાં બહાદુરી વાવવા માંગતી હતી. જીવનમાં ડર સાથે બાથ ભીડવાની વાત..!" તે મને આદરની ભાષામાં વાત કરી રહી હતી.

"હા, કેસીન વાત બિલકુલ સાચી છે. બોલ શું કરવું છે ? હવે તું કહે એ બધું થશે..!" મેં ઉત્સાહભેર કહ્યું.

"વાહ ! મારા કેસ્ટ્રેલ ! જુઓ, હવે ઋતુ બદલાવાની છે. આપણા જીવનમાં આવનારી આફતો વિશે આપણે બચ્ચાંને તાકાત આપીએ; હિંમત શીખવીએ. ઉડાન તો આપણો સ્વભાવ છે, પણ આફત એક હકીકત છે." તેણે ઊંચી સમજણ રજૂ કરી.

"બિલકુલ કેસીન..! ખૂબ જ સુંદર વિચાર છે. ફક્ત રાતદિવસની ઘટમાળમાં જીવ્યા કરતાં કંઈક અનેરું અને દમ ભરેલું કદમ ભરીએ. તારો આદેશ બોલ.. કેસ્ટ્રેલ કંઈ પણ કરશે."

તેણે કહ્યું : "એમ નહીં મારા કેસ્ટ્રેલ. ઉતાવળ સહેજ પણ નહીં. પહેલાં વડીલો પાસે આપણને નડતી આફતો જાણીએ..પછી આગળની વાત."

મને મારી કેસીન ઉપર વધારે વહાલ ઉપજ્યું હતું. એ અમારા જાત બંધુઓ માટે કેવું વિચારે છે..! હવે તેના વિચાર સાથે હું અડીખમ ઉભો છું. એ કામ હું પણ દિલથી ઉપાડી લઈશ. વાત દમદાર છે, આફત તો અનિશ્ચિત હોય છે. તેની સામે લડવાની વૃત્તિ કાયમ રહેવી જોઈએ. અમારા અંતરંગ જીવનનું આ એક નવું નજરાણું હતું. ખરેખર ! ખૂબ ગમી જાય તેવી વાત છે. આપણો વિચાર કરતાં-કરતાં પણ જીવન વ્યતીત થવાનું છે. બીજાનો

વિચાર કરવો એમાં જીવનની ખુશી વધારે સમાયેલી છે. આખરે જન્મ અને મૃત્યુ વચ્ચેના સમયના ફાસલામાં કેવું જીવવું એ મહત્વનું છે. એ નક્કી કરવાનો અધિકાર પણ આપણો જ છે. જેટલું જીવાય એટલું ધમદાર જીવાય તો ખરું..!

સતર્કતાના પાઠ.

કેસીન હવે ખૂબ રાજી હતી. હું પણ બંધુઓના જીવનમાં નવી પ્રેરણા માટે સજ્જ હતો. અમે હવે રાતોની રાતો અમારા વડીલો સાથે ગોઠડી માંડીએ છીએ. કેસીન તેમને અનેક પ્રશ્નો પૂછતી હતી. હું પણ થોડો અચંબિત થઈ ઉઠતો. કેસીન આવા કર્તવ્યના કરતબો ક્યાંથી શીખી હશે..! અમારા અનુભવમાં વધારો થઈ રહ્યો હતો. અમે હજુ થોડાં મોટાં બની રહ્યાં હતાં. યુવાનીની ઉછળ-કૂદ પછી આવેલું આ ગાંભીર્ય હતું. જેમાં કશુંક કરવાની ઉમેદ હતી. મથામણ હતી અસ્તિત્વને કાયમ કરવાની. જીવનને નવો વળાંક આપવાની એક તાલીમ હતી. આમેય અમે શીખનારાં છીએ. શીખનારાં છીએ એટલે જ ઉડનારાં છીએ.

આકાશમાં ઉડવું એ અમારું જન્મજાત કર્તૃત્વ છે. તો પછી આકાશની વિશાળતામાં છૂપાયેલાં રહસ્યોનું જ્ઞાન મેળવવું પણ જરૂરી છે.

મને મારી ફાલ્કા યાદ આવી ગઈ. તેના ગયા પછી હું આકાશમાં ઘટેલી એ ઘટનાથી ત્રસ્ત હતો. કંઈક હતું જે મા ને ટકરાયું હતું. એ શું હતું મારે જાણવું હતું. મને એ ભુલાઈ ગયું હતું. આ ભેદ માટે કેસીને મને ફરી સજ્જ કર્યો

હતો. હું મનોમન તેનો આભાર માનું છું. આકાશનાં અજવાળાં અને અંધારાં ઉલેચવાની વાતમાં અમને રસ પડ્યો હતો.

અમારી જાણમાં આવી રહ્યું છે. અમારે જીવન ખાલી પેટ ભરવા કે ઉડ્યાં કરવા માટે નથી જીવવાનું..! પોતાના જીવનમાં આંતરિક ઝગમગાટ પાથરવાનો છે. ભીતરમાં ઊઠી રહેલા સાહસના પડઘા ઝીલવાના છે. બંધુઓના જીવનમાં એક ક્રાંત વિચાર સ્થાપવાનો છે. ખરેખર ! હું ખૂબ જ ઉત્સાહી બની ગયો છું. જીવન કોઈ મકસદ છે. જીવન નિર્ધાર છે. જીવન જ્યાં હોય ત્યાં અને જેવડું હોય તેવડું પણ ઈશ્વરની મરજી મુજબ હશે. પોતાના અસ્તિત્વ માટે લડવાનું થાય તો લડી લેવું જોઈએ. એ જ પરાક્રમ છે. જીવનના અસ્ત થતાં સુધી આપણી બિરાદારીને કંઈક તો વિશેષ આપતાં જવું જોઈએ.

વાહ કેસીન ! તેં તો ક્રાંતિ કરવા માંડી. હજુ અમારું કામ શરૂ થયું છે. પડકાર સામે લડવાનું હજી બાકી છે. અમને સમસ્યાઓ સમજાઈ રહી છે. તેની સામે ઝઝૂમી લેવાની કોશિશ કેટલી કારગત નીવડે છે એ વિશે અમે સતત વિચારીએ છીએ. વડીલોનું માર્ગદર્શન, યુવાનોનો થનગનાટ, અને બચ્ચાંમાં ઉત્સાહનું તેજ અમે વહેંચી રહ્યા છીએ. મારો ઉત્સાહ તો મારી કેસીન છે. તેણે ગજબનું કામ આદર્યું છે.

ઘનઘોર અષાઢ અને અમે બધાં.

વાદળછાયો અષાઢ. કાળાંડિબાંગ વાદળોની દોડાદોડ, અફડાતફડી..! ઘનઘોર વાદળોનો ટકરાવ, તેનો ભયાનક અવાજ. તેના ઘર્ષણે જન્મતી

વીજળી. તેજ લીસોટો ક્યારેક આકાશમાં સમાપ્ત થઈ જાય. ક્યારેક ધરતી સુધી પહોંચે. અગન જ્વાળાઓમાં શું ખાક ન થઈ જાય..!

ક્યારેક અનરાધાર વરસાદ તૂટી પડે. આસમાનમાં અમારી ઉડાન થોડી જોખમાઈ જાય છે. અષાઢ અમને છેતરનારો છે. સૂરજનું અજવાળું પણ ઢાંકી દે તેવાં વિચિત્ર વાદળો હોય છે. આખાય આસમાનમાં ત્રાડ પાડી ડરામણું વાતાવરણ કરી મૂકે છે. તેમની મરજી પડે ત્યારે સૂરજને ડોકિયું કરવા દે..બાકી કાળુંભમર આકાશ. તેની પડછાઈમાં ધરતીનો ખૂણેખૂણો અંધારે ભરી દે છે. આ અષાઢનાં વાદળો સૂરજને ઢાંકવાની મસ્તી કરે છે. કદાચ ઈશ્વરની એમાં મરજી હોવી જોઈએ. બાકી કાયમના અજવાળાં અટકે ખરાં..?

અષાઢ માથું ઊંચકીને ભલે ફરે પણ એ કાળાશને લઈ ચાલનારો છે. હા, ધરતી ઉપર અમી વરસાવે છે એટલે તેનો ચાળો ચાલે છે. એ'ય જીવાડનારો છે,બાકી એનું સામ્રાજ્ય ટકે નહીં. અષાઢનું રાજ અમારે માટે થોડું કઠિન સાબિત થાય છે. અમારે પરીવાર અને એમાંય નાનાં બચ્ચાં માટે ખૂબ જ ચિંતિત રહેવું પડે છે. સાથે અમારા યુવાનો માટે પણ..! તેઓ રણે ચડે તેમ હિંમત કરીને ઊડવા નીકળી પડે છે. બાજનું લોહી જરા ગરમ. વળી પાછું આ યુવાન બાજ...પછી કહેવું જ શું ?

આફતમાં ફસાવું એક અકસ્માત ગણી લઈએ. પણ મૂર્ખામીથી આફત વહોરવી એને શું કહેવાય ? સાહસ ક્યારેય મૂર્ખામી ભરેલું ન હોય. સાહસમાં ઈશ્વરની સંમતિ હોય. આફતની સામે ઝઝૂમવાનું હોય. અને તેમાં સાહસીનો જરૂર વિજય થાય છે. બ્રહ્માંડની સમગ્ર તાકાત તેમાં ભળે

છે. કોઈ અલૌકિક તાકાત એ સાહસીના સાહસને પોષે છે. સાથે મને એવું પણ સમજાય છે કે સાહસ ક્યારેય સ્વાર્થ માટે હરગિજ ન હોય. વ્યક્તિગત સાહસ એ પણ સાહસ છે. યાદ રાખવું સાહસ મૂલ્યહીન કદાપી ન હોય. મૂલ્યવિહીન સાહસ બળવામાં ખપી જાય. તેનું શમન પણ નિશ્ચિત હોય. બળવો એક આવેગ છે. સાહસ જીવંત શક્તિનું સ્વરૂપ છે.

ખરેખર ! કૅસીન મને આવું સાહસ શીખવવા માંગે છે. અને હું પણ જે સત્ય છે તેની લગોલગ છું. એટલે જ કદાચ મારામાં ઊર્જા ત્રિગુણિત થઈ રહી છે. મારામાં સદ્ભાવ વિકસી રહ્યો છે. ઉત્તમ કાર્ય માટેની ફનાગીરી મારામાં ઝગારા મારી રહી હોય તેવું અનુભવાય છે. મારા નવા સાહસથી મારી ફાલ્કા કેટલાં રાજી થયાં હોત..! કાશ, તેઓ મારા આ પગલાને જોઈ શક્યાં હોત..! ફાલ્કા તમે જ્યાં હોય ત્યાંથી મને જોયા કરજો. તમારો કૅસ્ટ્રૅલ કંઈક વિશેષ માર્ગે જઈ રહ્યો છે. સાથે તેની વહાલી કૅસીન પણ છે..! અમારી ચિંતા ન કરતાં. અમને આશીર્વાદ આપજો.

અમે બધાં દિવસમાં એકવાર મળતાં હતાં. સમગ્ર પ્રદેશમાં આ વાત પ્રસરી ગયેલી એટલે આ વિચાર સાથે સૌ સહમત હતાં. નવું શીખવા અમે એકમત હતાં. કૅસીન અને હું આગવાહી કરી રહ્યાં હતાં. અમારો આ પડાવ માત્ર અનુભવની વાતો આપ-લે કરવાનો હતો. તેમાં અનુભવી લોકો હમેશાં હાજર રહેતા. તેઓ એકદમ તાત્ત્વિક અને વાસ્તવિક વાતો રજૂ કરતાં હતાં.

માતેલા અષાઢની ગંધ પારખવી એ આપણી પહેલી સતર્કતા. પછી પાગલપન ભર્યું કામ નહીં. આકાશમાં વાદળ ખૂબ જ તોફાને ચડ્યાં છે તો

ઉડ્ડયન કરવું નહીં. કદાચ ઈચ્છા હોય તો પણ ખૂબ ઊંચી ઉડાનથી બચવું. બેફિકરાઈ કે વધારે પડતી તુમાખી આપણી ઉડાન જોખમમાં મૂકી શકે છે. તેનું ભયાનક પરિણામ ખુદ ભોગવવાનું હોય છે.

વીજળીના તેજ લીસોટામાં સળગી ગયા પછી શું ? ઘન વાદળના મસ મોટા ચોસલા સાથે અથડાઈ ગયા પછી શું ? અંધારામાં ટકરાઈ જવાની શક્યતાઓ વધારે હોય છે. એટલે પહેલું કદમ સતર્કતા. અમને આ વાત ખૂબ જરૂરી જણાઈ હતી. એક વડીલ કહેતા હતા કે "અમે તમને ડરાવવા માંગતા નથી. માત્ર સતર્ક કરીએ છીએ. નાહકની ડંફાસોથી દૂર રહેવાનું શીખવીએ છીએ. મૂર્ખતાપૂર્ણ નિર્ણયો ન કરવા એવું સમજાવીએ છીએ. આપણે ડરનારાં નથી. પરંતુ ડર સામે આવે પછી તેની સામે બાથ ભીડવાની વાત આવે છે."

મેં પણ ઉમેર્યું: "બેશક આકાશ આપણું આનંદક્ષેત્ર છે. ધરતી આપણા અસ્તિત્વનો ભાર સહે છે. સરોવર આપણા ખોરાકને પોષે છે. આમ તો ધરતી ઉપર આપણું જીવન નિર્ભર છે. આ બધાની વચ્ચે સ્થિતપ્રજ્ઞતા બનાવી રાખવી. એ આપણી કાયનાતના અસ્તિત્વ માટે ખૂબ જરૂરી છે. આપણી સંખ્યા ખૂબ ઓછી છે, આપણે થોડાં છીએ.

આપણી આનંદવિહારની દુનિયા થોડી અલગ છે. ધરતીનાં અન્ય પંખીઓ સાથે આપણે દોસ્તી કેળવતા નથી. ઈશ્વરની દુનિયાને સમાન રીતે ચાહવી જોઈએ. કોઈ તુચ્છ નથી એવી સમજણમાં જીવવું એ પણ આપણા વ્યક્તિગત અને સમૂહગત હિતમાં છે. મોટા થવું છે, વિશાળ થવું છે, વિસ્તરવું છે, આખાય આસમાનમાં રાજ કરવું હોય તો દૃષ્ટિમાં પણ એટલી

જ ઉદારતા હોવી જોઈએ." આ બોલતાં હું રોમાંચિત થઈ ઉઠ્યો હતો. અંતરમાં અથડાતા અવાજના પડઘા જરૂર જુદા હોય છે.

આકાશમાં જોઉં છું મારી ફાલ્કાને યાદ કરું છું. "જો મા તારા કેસ્ટ્રેલ અને કેસીનને જાતબંધુઓ માટે કેવું કામ ઉપાડી લીધું છે. તમે આ ક્ષણે સાથે હોત તો કેવી મજા આવતી." મેં સ્વસ્થતા કેળવી. બધાં અમારા ક્રાંત વિચાર ઉપર આફરીન હતાં. સૌ અમને આનંદથી ભેટતાં હતાં. અમે અંદરથી ધનવાન બની ગયાં હતાં. એક વિચાર પણ કેવું પરિવર્તન લાવી શકે છે? ઉત્સાહની જોરદાર લહેરખીઓ આનંદનો માહોલ ખડી કરી રહ્યી હતી. અમે આનંદસાગરની સહેલગાહ અનુભવી રહ્યાં હતાં. અહીં એકત્વનો મેળો જામ્યો હતો. સૌ કોઈ ઘેલમાં હતાં.

અહીં શંકા હતી પણ સમાધાન હતું. અહીં ઉડાનની બહેતરીન દિશા અને જીવનની દમદાર ગતિ માટેની તૈયારી હતી. હું આ બધાની વચ્ચે વારેવારે કેસીનને જોયા કરું છું. કોઈ વિચાર રજૂ કરવા ઉભા થાય છે. અમારો ઉલ્લેખ કરે છે. એટલે એક રોમાંચિત લહેરખી શરીરમાં ફરી વળે છે. એવું બે દિલોમાં અને બે શરીરમાં થાય છે. આ બે શરીર એટલે હું અને મારી કેસીન. આમ તો અમે બે છીએ પણ થોડા સમય પહેલાં અમે એક થઈ ગયાં છીએ. એકદમ પોતાના ગમા-અણગમા છોડીને. બંનેની પસંદ એક અને હવે દિશા પણ એક. આખરે અમે એક આસમાનના વાસી છીએ. એટલે એકત્વ સહજ શીખી જઈએ છીએ.

આજે અમે અમારી તાકાત જોઈ શકીએ છીએ. એક જેવાં હજારો બાજ સાથે બેઠાં છીએ. એકત્વનો પાઠ શીખવા અને આફતો સામે અડીખમ કેમ ઉભા

રહેવું એ શીખવા કાજે..! અમને ગજબનો વિશ્વાસ છે. આમાં ઈશ્વર પણ રાજી હશે..! તેઓ વિચારતા હશે..મેં બનાવેલું આ પંખી જીવનની ખરેખરી રીતને કેળવી રહ્યું છે. સંઘર્ષની સામે પણ ટકી રહેવાની રીત શીખી રહ્યું છે.

અમે બધાં એકત્રિત થયાં હતાં એ દિવસે...અચાનક આકાશનો રંગ બદલાવા લાગ્યો હતો. અષાઢે તેના રંગને છુટ્ટો મુકવાનું નક્કી કર્યું હતું. આકાશ ત્વરામાં અષાઢના આદેશમાં ફેરવાઈ ગયું. કાળાંભમર વાદળો ચડી આવ્યાં. પવનના સુસવાટા તેજ બની રહ્યા હતા. થોડી તાકાતથી અમારે ધરતીને પકડી રાખવી પડી.

"સુરક્ષિત જગ્યાએ પહોંચી જઈએ." એવી બૂમો મેં પાડવા માંડી. સહજ અનુસરણ થયું. ભેખડ કોતરમાં ક્યાંક વળી બખોલ જેવી જગ્યાએ સૌ ગોઠવવા લાગ્યાં. પછી તો વીજળીના ચમકારા સાથે મૂશળધાર વરસાદ ખાબકયો. તેજ ધારાઓ હતી, અમે સુરક્ષિત હતાં. ખુલ્લી આંખે અમે અષાઢના આતંકને જોયા કર્યો. અમારી આફત છે એટલે અમે અષાઢને થોડો ઓછો પસંદ કરીએ છીએ. બાકી કોઈ અષાઢના પ્રેમમાં ન પડે એટલો એ ભયાનક પણ નથી.

હું અને કૈસીન અમારી ટેકરીએ બેઠાં છીએ. આકાશની સામે નિરંતર જોયાં કરતાં અમે થોડી ઠંડીને મહેસૂસ કરી રહ્યાં છીએ. હવામાં ભીનાશ વ્યાપી ગઈ છે. એટલે સૂકી હવા માટેનાં હવાતિયાં જેવું લાગે છે. પીંછાંમાં જલકણો એ પોતાની જગ્યા બનાવી દીધી છે. ઘરે પહોંચતાં પલળી જવાયું હતું.

પાંખોને ખંખેરવાનો પ્રયાસ પણ વારંવાર કર્યો હતો. પણ અષાઢ અમથો વછૂટે એવો નહોતો. અષાઢ તેનું સામ્રાજ્ય સ્થાપવા કંઈ પણ કરે..!

કુદરતે જાણે તેને થોડા સમયની છૂટ આપી દીધી છે. અષાઢ ઘૂમ્યા કર માથું ઉંચકીને..અને કરી નાખ બધું તરબતર..! પછી હરિયાળી થયે તારી પ્રશંસા થશે. અષાઢ તું ચિંતા કર્યા વગર ઉત્તમના નિર્માણનો જ વિચાર કર..! કદાચ આવું બધું પણ હોય અષાઢ માટે..! ઈશ્વરની મનોમન મરજીમાં..! અદૃશ્ય ઈશ્વરની લીલા અપરંપાર..!

એ ભયાનક દિવસ.

અમારી પરીક્ષાનો એ દિવસ હતો. અષાઢ માથે હતો. ભીંજાઈ જવાના દિવસોમાં પણ અમે સ્વસ્થતા ખોળી લઈએ છીએ. ભીંજાઈ જવાની હરકતમાં રાજીપો છે. પણ અમને ખુલ્લા આસમાનની યાદ આવી જ જાય. અમે ખુલ્લામાં ફરનારાં છીએ. અમારી ભીનાશ અમે અંતરમાં પાળીએ છીએ. ઉછીની ભીનાશ સાથે અમને લાગતું વળગતું નથી. એ ભયાનક દિવસ..!

અમે લગભગ પચાસેક બાજ ખુલ્લું આકાશ જાણી ઊડી રહ્યા છીએ. બધી જ સલાહો યાદ હતી. પણ બે-પાંચની વાતોમાં આવી જવાનું બને છે. યાદ રાખવા જેવું ભુલાઈ જાય છે. અમે ઉત્સાહપૂર્વક ઊડી રહ્યાં છીએ. અમારી આ સહેલગાહમાં યુવા બાજ વધારે હતા. પાંચસાત કિશોર કહી શકાય તેવાં બચ્ચાં પણ હતાં. લગભગ દસ-બાર જેવી સ્ત્રીઓ પણ હશે. હું અને મારી કેસીન પણ આ ગગન વિહારનાં સાક્ષી હતાં. આકાશ સ્વચ્છ જણાતું

હતું. અમે થોડાં ઉત્સાહમાં આવી ગયાં હતાં. થોડું વધારે...થોડું વધારે એમ કરતાં કરતાં ઊંચાઈ ધારણ કરી રહ્યાં હતાં. એ આનંદપૂર્વકની ઉડાનમાં સૌ મદમસ્ત હતા.

કેસીને કહ્યું : "ઉપર થોડી કાળાશ જણાય છે. બસ, આટલેથી ધરતી તરફ પ્રયાણ કરીએ."

મેં કહ્યું : "જોરથી બધાં સાંભળે તેમ કહે..!

"તેણે તેમ કર્યું. લગભગ બધાને સંભળાય તેમ બે વાર સૂચન કહ્યું."

પણ તેના અવાજની અસર અમારા ટોળા ઉપર ન હતી. આજે બધાને લાંબો સમયે ઊડવા મળ્યું હતું. કેસીનમાં થોડી ચિંતા પ્રવેશ કરી રહી હતી. અષાઢ બાજને આમ જ છેતરે છે. કેસીન સાથે હું છું એટલે થોડી સ્વસ્થતા કેળવી લે છે. અમે એકદમ નજીક જ ઊડી રહ્યાં હતાં. અને આમેય જ્યારથી કેસીન મારી જિંદગી બની ગઈ પછી એકલી ઉડાન મને ફાવી નથી.

અચાનક વાદળોનો રંગ બદલાઈ ગયો. અંધારું ઘોર થવા લાગ્યું. બધાંને હવે પોતાની બેપવાહી ધ્યાનમાં આવી હતી. પણ હવે શું ? હમણાં જ ધોધમાર આકાશ તૂટી પડશે..! વાદળો એ જાણે હમણાં જ મન બનાવી લીધું હતું. મેં અને કેસીને અધ્ધર શ્વાસે સૂચના આપી આગળ ઉડવાનું શરૂ કર્યું. સૌને મોટા આવાજે કહ્યા કર્યું..!

"જુઓ, ગભરાશો નહીં. સૌ અમારી પાછળ ઉડાન ચાલુ રાખો. આપણે વિખૂટાં પડવાનું નથી. બચ્ચાં અને સ્ત્રીઓ ટોળાની વચ્ચે ઊડે. કંઈક રસ્તો જરૂર મળી રહેશે..!"

કેસીન અને મારામાં ગજબની હાંફ હતી. હવે ઉત્સાહમાં થોડી ફાળ ભરી ગઈ હતી. અમને ઉડતાં ઉડતાં ધ્યાનમાં આવ્યું. વરસનારાં વાદળો ખૂબ ઓછા છે. આપણે તેને વટાવી દઈએ. ત્યાં તો વાદળો એકબીજાને અથડાવા લાગ્યાં. આકાશમાં તેજ લીસોટા વધવા લાગ્યા. ક્યાંક અમે વાદળોની વચ્ચે દબાઈ જઈશું કાં'તો વીજળી અમને બાળી નાખશે..! ભયંકર ડર વ્યાપી ગયો છે અમારા ટોળામાં..! અમારા ટોળામાં સ્ત્રીઓ અને બાળકોની વધારે ચિંતા હતી. યુવાનોએ થોડી હિંમત આપવાનું ચાલુ રાખ્યું હતું.

ઘનઘોર કાળાશમાં જાણે ઉજાસની એક બારી ખુલી..! અચાનક હું ચમકી ગયો. મને એક દિશાનો ઈશારો મળી ગયો હતો. એકાએક મને વાદળોથી ઉપર જવાનો વિચાર આવ્યો. કોઈ અલૌકિક શક્તિએ જાણે મારામાં પ્રવેશ કર્યો હોય એવું અનુભવાયું. મેં જોરદાર હોંકારો કર્યો. "સૌ એકદમ મારી પાછળ જ આવો. સહેજ પણ ભૂલ કર્યા વગર.!"

કેસીન પણ અચંબિત છે. સૌ મારી પાછળ આવે છે. થોડી કઠિનાઈ પછી અમે વાદળોથી ખૂબ ઊંચે પહોંચી ગયાં હતાં. થોડી નિરાંત અમારી ફરતે વીંટળાઈ હતી. હવે ડરનો માહોલ અમારી નીચે હતો. અમે આસમાનમાં થતાં તેજ લીસોટા જોઈ રહ્યાં છીએ. એ ખેંચાઈને ધરતી તરફ જઈ રહ્યા છે. અમે ઘન વાદળોના અથડાવાના અવાજોથી ઉપર હતાં. અમે ધોધમાર વરસાદ પડતો જોઈ રહ્યાં છીએ. એ દૃશ્ય ગજબનું હતું. વરસાદની ઉપર અમે ઊડી રહ્યાં છીએ. વરસતા વરસાદમાં ભીંજાવાના ભય વગર અમે

નિશ્ચિંત થઈ ઊડી રહ્યાં છીએ. આફતમાંથી અમને ઉત્તમ માર્ગ મળી ગયો હોય તેવું લાગ્યું હતું.

ઈશ્વરનો માર્ગ ખૂબ સુંદર હોય છે. તેઓ આપણને કસોટીમાંથી માત્ર પસાર કરે છે. અને આપણને જ સફળ બનાવી પોતે ખુશ થાય છે.

વર્ષણ બંધ થાય ત્યાં લગી અમે વાદળ ઉપર ઉડતાં રહીશું. અમે એક જંગ જીતી ગયાં હતાં. બાળકો એ અદ્ભુત નજારો જોઈ ઝૂમી ઉઠ્યાં હતાં. અમે વાદળોની પેલે પાર ઉડતાં હતાં. અમારા સાહસનો આ નવો મુકામ હતો. આજે ફરીથી આકાશની વિશાળતા ઉપર પ્રેમ ઉભરાઈ રહ્યો હતો. આકાશ તારો આભાર..તું અમારો આધાર છે.

કૅસીન ખૂબ ખુશ હતી. અમે બધાં પંખીઓ ખુશ હતાં. મેં કૅસીનને કહ્યું: "જોયું આકાશની વિશાળતા શું-શું સમાવી શકે..! ખુલ્લા આકાશમાં બધું જ છે. આખા બ્રહ્માંડને ઓઢીને બેઠેલું આકાશ. તેની અમાપ વિસ્તર્ણતાને વંદન છે. આકાશમાં ડર, પીડા, સાહસ અને સફળતા બધું સમાહિત થઈ જાય છે. જો આપણી હિંમત આપણું કર્તૃત્વ શાનદાર હોય તો આકાશના આશિષ નિહાલ કરવા તૈયાર છે."

કૅસીનની વહાલ કરતી નજરની હરકતથી હું રાજી થયો. દિશા તેણે બતાવી હતી. આફત સામે લડી લેવાનું ઝનૂન મારું હતું. આજે બંનેનો વિજય થયો. આસમાનમાં થોડી રાહત થવા માંડી. વાદળોના વરસી ગયા પછી ઉજાસ પથરાવા લાગ્યો. અમે ધરતી તરફ પ્રયાણ કરીએ છીએ. પહેલીવાર અમે ભીનાશને પરાસ્ત કરી હતી. વીજળીના કડાકાઓ ઉપર વિજય મેળવ્યો હતો. જીવસટોસટ જોખમમાંથી એક નવો જ માર્ગ અમે

શોધી કાઢ્યો હતો. હવે ફિકર વગર અમે ઘર તરફ ઊડી રહ્યાં છીએ. બધાના ચહેરે છૂટા પડતી વખતે આનંદ પૂર્વકનું "આવજો" હતું. આવું કહી શકવા આજે અમે નસીબદાર બન્યા હતા. અમારા સૌના ચહેરે 'ડર કે આગે જીત' મેળવ્યાનો અનહદ આનંદ સમાતો ન હતો.

પ્રાપ્તિનો આનંદ.

બીજા દિવસે અમે અમારી નિશ્ચિત જગ્યાએ ભેગાં થયાં. અહીં પરાક્રમની વાતો થવાની હતી. ગઈકાલની આફત અને એમાંથી ઉગરી ગયાનો આનંદ પ્રગટ થવાનો હતો. જે સાથીઓ આ આફતના સાક્ષી હતા તેઓ જીવસટોસટ ખેલની વાતો કરતા હતા. બીજા મિત્રો તાંડવ ભરી ઘટના ધ્યાનપૂર્વક સાંભળી રહ્યાં હતાં. આ સભામાં અનુભૂતિની આપ-લે થઈ રહી હતી. આમ તો આ શીખતી અને શીખવતી સભા હતી. જીવન પણ આ સ્થિતિ સ્વીકારે તો બહેતરીન બનીજાય.

જેનું જીવન આપત્તિમાંથી ગુજરી ચૂક્યું હોય, તેની વાત સાંભળવાથી આફત સામે લડવાની અડધી હિંમત મળી જાય છે. અમે તો અમારી બિરાદરીમાં આ સંદેશ ફેલાવવા માંગીએ છીએ. ખૂબ જ સુંદર વાતો થઈ રહી છે. અષાઢમાં પણ સૌનો ઉત્સાહ કાયમ છે. હવે વીજળીના ચમકારા અને વાદળોનો ગડગડાટ અમને ડરાવી શકવા સક્ષમ નથી. અમે ખૂબ નજદીકથી વાદળોનું તાંડવ જોયું છે. તેના અગ્નિ લીસોટા પણ બારીકીથી જોયા છે. ધરતી ઉપર ખરી પડતા બરફના પહાડો જોયા. ટકરાવમાં ચૂરેચૂરા થઈ જતાં વાદળોની હરકતો જોઈ છે. એ ભયાનક વાદળોની ઉપર સવારી કર્યાનો આનંદ અમારામાં સમાતો નથી. આફતની સવારી

કરવી એ જ ખરી બહાદુરી છે. અમે સાહસી બની ગયાં હતાં. એ ગઈકાલની દમદાર વાતો અમારી તાલીમનો એક ભાગ હતી.

કૅસીન અને હું આ બધી વાતો સાંભળી ખૂબ મલકાઈ રહ્યાં હતાં. ઉત્કૃષ્ટતાનો સહભાગી આનંદ ભોગવી રહ્યાં હતાં. જાતબંધુઓમાં થોડું સાહસ ભરવાનું નિમિત્ત અમારા ફાળે આવી ગયું હતું. અચાનક કૅસીન મારા જીવનમાં આવે છે. તેનો વિચાર, તેનાં સપનાં મારામાં ભળી જાય છે. અમે એક દિશામાં વિચારવા કટિબદ્ધ થઈએ છીએ. આમ, એક વિચાર હકીકત બની જાય છે. એક વિચાર સાહસ બની જાય છે. એક વિચાર અમને વાદળોની પેલે પાર ઉડાડવા સક્ષમતા આપે છે. મને આ નિમિત્તોમાં જીવવું ખૂબ ગમી ગયું.

સમયની અજબ દોડ.

રોજ ઉગતો સૂરજ સમયની ગતિને ક્યાં રોકી શકે છે. અથવા તો સમયનો સમ્રાટ એ ખુદ છે. દિવસો મહિનાઓ વરસો વહી રહ્યાં છે. જીવનની રંગોળીના રંગો થોડા આછાં જણાય છે. ભરપેટ જેવું જીવવાનું યુવાનીમાં જ સંભવે. હવે યુવાની પ્રૌઢત્વ તરફ ડગલાં ભરી રહી છે. કેળવણી ગાંભીર્ય ભણી જઈ રહી છે. જીવનના મર્મને પકડીને સંપ અને સહકારમાં અમે જીવી રહ્યાં છીએ. જાતબંધુઓ સાથે સોહાર્દ સ્થપાઈ ગયો છે. ક્યારેક કોઈના વ્યક્તિગત ઝઘડા ઉકેલવા. સમાધાન કરાવવું એવાં કામ અધિકાર પૂર્વક જાતબંધુઓ અમારી પાસે કરાવે છે. અમે પણ જીવનનું નિમિત્ત કર્મ સમજી એ ફરજ નિભાવીએ છીએ.

કેસીન પાસે હજુ પેલું વાક્ય વારંવાર બોલાવું છું. "હું કેસીન છું" મારકણી નજરવાળી, તેની પાંખોમાંથી અજબ સુગંધ વછોડતી. એવી મારી કેસીન. તેની ડોકમાંના સફેદ પીંછાં તેના સૌંદર્યને વધારે નિખારતાં હતાં. આજે પણ જ્યારે અમે એકલાં પડીએ ત્યારે હું તેને જોયા જ કરું છું. તેનાથી સહેજ પણ અણગમો થયો નથી. આજે પણ તેનું આકર્ષણ એવું ને એવું અકબંધ છે. જ્યારે તેણે મારા શિકાર ઉપર તરાપ મારી હતી એવી ને એવી છે. એ વખતે એ મારાથી ડરી ગઈ હતી. હું ઝઘડવા આવું છું, એવું તેને લાગેલું. પણ મેં એ વખતે કહેલું "તમે લડવા-ઝઘડવા જેવાં નથી." અને એ ખૂબ રાજી થયેલી.

ખરેખર કેસીન આજે પણ લડવા જેવી નથી. તેની સાથે ઝઘડો જ કેમ કરાય ? તેને તો ફક્ત વહાલ જ કરી શકાય. અને એ પણ ક્યાં ઓછી છે, તેના કેસ્ટ્રેલને સાચવવામાં..! મારી ફાલ્કાનો સ્પર્શ લઈને આવી હોય તેવું લાગે છે. મને ખૂબ જ સાચવે છે. તેની સાથે જીવવાની એક પણ ક્ષણ હું ગુમાવતો નથી. કેસીન મારા જીવનની એક એક ક્ષણનો ધબકાર બની ચૂકી છે. અને હું પણ તેના સુંદર હ્રદયના ધબકારને મહેસૂસ કરવા થનગનતો હોઉં છું.

સમયની ગતિમાં અમે શરીરથી જૂનાં થઈ રહ્યાં છીએ. મનથી એકદમ સજે-ધજે છીએ. અમને મળ્યાને ઘણો સમય થઈ ગયો છે. અમારી સહિયારી ઉડાન..એ શિકારની મજા અને શરીરના સુખની ક્રિયાઓ અમને ખૂબ જ નજદીક રાખે છે. એકબીજાના શ્વાસમાં જીવવાની ક્ષણો સુંદર ઘટના બનીને શરીરના રોમેરોમમાં સમાઈ જાય છે. હવે તો અમારા

શરીરની સુગંધ પણ એકબીજામાં ભળીને એક નવી સુવાસ પ્રગટાવે છે .એટલે જ અમારું જીવવું સહજ અદ્વૈતને ધારણ કરી ચૂક્યું છે. હે ઈશ્વર ! તમારો ખૂબ ખૂબ આભાર..! આપે અમારું જીવન ખરેખરું જીવવા જેવું બનાવી દીધું છે..!

એક નવું બાજ.

એ ખૂબ જ સુંદર દિવસ મને બરાબર યાદ છે. મારા જીવનમાં કૅસીન પ્રવેશી તે દિવસે જે ખુશી હતી એવો એ દિવસ હતો.

કૅસીન મને કહે છે : "મને શરીરમાં કોઈ ફેરફાર જણાય છે. ખબર નથી પડતી, કશુંક ગમે છે અને નથી પણ ગમતું. એક કામમાં ચિત્ત ચોંટતું નથી. ભૂખ પણ લાગે છે અને નથી પણ લાગતી. કશુંક અકળામણ જેવું થયા કરે છે..પણ ગમે છે. નવો જ અનુભવ હું કરી રહી છું. શું થયું હશે ?" મને ચિંતા થઈ આવી. મેં ત્વરાથી તેને મારી પાંખમાં લઈ લીધી. એ નાજુક નમણી મારા ઉપર રીતસર ઢળી પડતી હોય તેમ બેઠી હતી. હું તેની થોડી તબિયત જોઉં છું. એ થોડી સ્વસ્થ જણાતી હતી. છતાં મને ફાળ પડી. મેં મદદની એક તીણી અવાજ લગાવી. એક સ્ત્રી બાજ અમારી નજદીક આવી બેઠું. અમે આવકાર આપ્યો. મને કૅસીને કહેલી વાત પેલાં સ્ત્રી બાજને કહી સંભળાવી.

વાત સાંભળતાં જ તેઓ રાજીપા સાથે અમને કહે છે : "બંને પાગલ છો. આપ હવે એક બની ગયાં..! તમે બંને એકબીજામાં વવાઈ ગયાં. તેનું બીજ તૈયાર થઈ રહ્યું છે..! પાગલ કૅસ્ટ્રેલ, તું બાપ બનવાનો છે અને આ પગલી મા..!" બધાઈ આપી તેઓ દૂર જઈ બેઠાં.

અમે એકબીજાને તાકી રહ્યાં. અમારી અંદર એકે શબ્દ પ્રકટતો નથી. આનંદની મર્યાદા આવી ગઈ કે શું..! અમે બધું જ ભૂલીને એકબીજાને બાઝી પડ્યાં. ઘણીવાર સુધી મૌન બેસી રહ્યાં. મારી આંખમાંથી ટપકેલું એ પહેલું ટીપું કંઈક વિશેષ ઘટના માટે હતું. અમે બંને હર્ષનાં આંસુએ ખૂબ ભીંજાયાં. થોડીક દૂર બેઠેલાં પેલાં સ્ત્રી બાજની પાસે જઈ અમે અમારી મૂર્ખામી ભરેલી ખુશી વ્યક્ત કરી. તેમનો આભાર માન્યો.

મેં કેસીનને કહ્યું : "આપણી એક સહિયારી આકૃતિ આવવાની છે. આપણી એકત્વની સુગંધ પ્રગટ થવાની છે. તેમાં નાનકડી તું કે નાનકડો હું પડઘાશે. કૈસીન તને હું ખૂબ જ ચાહું છું. મારા અંશને ધારણ કરવા બદલ તને શું આપું ? અરે ! આપવાવાળી તો તું છો. તેં મને ઘણું ઘણું આપ્યું છે. હવે પણ તું જ આપવાની છો. આજથી હવે તારી ઉડાન ઉપર મારી સંપૂર્ણ નજર રહેશે. તારે ફક્ત આનંદ ખાતર ઉડવાની છૂટ. શિકાર ઉપર તરાપ હવે તું નહીં મારી શકે. મને ખબર છે તું ખૂબ પાવરધી છો પણ હવે કોઈ પાવર તમારો ચાલવાનો નથી. બધા જ પાવર મારા ચાલશે..!"

કૈસીન મને બોલતો એકીટશે જોઈ રહી હતી. અને મંદમંદ મલકાઈ રહી હતી. તેનું હસવું પણ આજે ખૂબ સુંદર લાગતું હતું. તે મને સમજી રહી હતી. હું તેની સંપૂર્ણ કાળજીની વાત કરી રહ્યો હતો. એ મારી ચિંતા અને તકેદારીની વાતથી ખુશ જણાઈ. તેના ચહેરે ગજબની ઉર્જા ભરેલો સંતોષ હતો.

તેણે કહ્યું હતું : "મેં ખૂબ જ સુંદર શિકાર પકડવાનો પ્રયાસ કર્યો હતો. ખરેખર ! એ મારો અદભુત નિર્ણય હતો."

"કયો નિર્ણય ? કયો શિકાર ? મેં કહ્યું."

"એ દિવસે તમારો શિકાર મારી નજરમાં હતો. એટલે તો આપણું મળવું શક્ય બન્યું." તેણે યાદ કરાવ્યું.

"ઓહો ! એ દિવસની વાત. હા એ દિવસની વાત તો એકદમ જુદેરી જ છે. એ ઘટના આપણા જીવન માટે મહત્વની હતી. જો ને, સાથે જીવતાં ઘણાં વરસો વહી ગયાં...પણ આપણે આજે પણ એ દિવસનું કામણ ભૂલ્યાં નથી."

"એકદમ સાચી વાત છે. સાથે જીવ્યાં પણ એક નવો જીવ ક્યારે આવશે તેની ફિકર પણ ન કરી. પણ આખરે ઈશ્વરની અકળલીલા આપણા થકી એક બચ્ચું પેદા કરાવી રહી છે." તેણે આશા સાથે કહ્યું.

એ દિવસે અમે ઘણી વાતો કરી હતી. ગયેલા દિવસોની યાદગાર પળોને વાગોળ્યા કરી હતી. આવનારા નાનકડા બચ્ચા માટે પણ ઉત્સાહિત થયાં હતાં. હવે તેના આવવાની રાહ જોવી એ અમારું કામ હતું. સાથે કેસીનને સાચવવી એ મારું મુખ્ય કામ રહેશે. તેના માટે હું ઉત્તમ શિકાર કરી લાવીશ. હું પોતે આનંદથી ખવડાવીશ મારી કેસીનને..!!

૪. ફ્લાઈંગ.

ઉત્સવ જેવા દિવસો.

જીવનની ગતિ ક્યારે રફતાર પકડે છે કહેવાય નહીં. કેમ કે ક્યારેક જીવવાનું ગમતું નથી, ક્યારેક એ જ જીવન અઢળક જીવવા જેવું લાગે છે. એક બાજનું જીવન એટલે ઉડાન ઉડાન અને ઉડાન..! ખૂબ ઊંચી લાજવાબ ઉડાન. શિકારની મોજ અને અંગોની નિર્બળતા પછી જીવનને મૃત્યુમાં હોમી દેવાનું સામર્થ્ય. આથી વિશેષ એક પંખી જાતને જોઈએ પણ શું ? બાજ તરીકે અમારું ખૂબ મોટું બહુમાન છે. અમે લાયક ઈજ્જતના કર્ણધારો છીએ. બીજાને તુચ્છ ગણતા નથી અને અમારી જાતને નીચી કદી આંકતા નથી. આ ખુમારી એ અમારો જન્મજાત વારસો છે.

એ મારા દાયિત્વના દિવસો હતા. બીજા માટે કંઈક કરી છૂટવું તેમાં પરિતોષની ફુહાર હોય છે. અહીં તો મારે મારી કૈસીન માટે બધું કરવાનું હતું. તેના માટે કંઈ કર્યાંના મારા અભળખા પૂરા થવાના હતા. એ કંઈ

બીમાર નહોતી. ખૂબ જ સ્વસ્થ હતી. એ મારા અંશનું ભીતરમાં પાલન કરી રહી હતી. ગગનમાં ઉડનારૂં એક બીજું પંખીડું અવતરવાનું હતું. મારી અંદર જે આનંદ છવાઈ રહ્યો હતો તેનું શું વર્ણન કરું ? હવે મારી પાંખોમાં નવો ઉન્મેષ ફૂટ્યો હતો. મારા ચહેરે એક નાની કિકિયારી પછીનો મલકાટ ફૂટ્યો હતો.

ફરીથી હું મારી ફાલ્કાને યાદ કરૂં છું. મારા ફાલ્કનને યાદ કરૂં છું. મારા જન્મ વખતે આપે જે અનુભૂતિ કરી હશે. આજે હું એવી અનુભૂતિમાં છું. મારી કૅસીનની જેમ જ ફાલ્કા તમે કેટલાં ખુશ હશો ? આજે મારી કૅસીન જાણે ફાલ્કા બની ગઈ હોય તેવું લાગે છે અને હું ફાલ્કન. હું મા અને પા પછી કૅસીનમાં જીવ્યો છું. પહેલાં મારી દુનિયા ખૂબ નાની હતી. પણ મારી કૅસીન સંબંધોની આખી દુનિયા લઈને મારા જીવનમાં આવી હતી.

કૅસીન આમ તો હુમલો કરીને..પેલા શિકાર ઉપર તરાપ મારીને મારી જિંદગીમાં આવી હતી. એ હુમલા પછી તેની પાછળ હું પાગલ થઈ ગયો હતો. કૅસીનનું મારી જિંદગીમાં આવવું લાજવાબ રીતનું હતું. એ મારી પાસેથી છીનવી લેવા નહોતી આવી. એ મને પ્રેમ અને સંબંધોની મૂડીએ ભરી દેવા આવી હતી. અને તેણે એમ જ કર્યું હતું.

"શું વિચારે છે કૅસ્ટ્રૅલ? તેણે કહ્યું."

"કંઈ નહીં..!"

"ના કહેવું પડશે.. બોલ."

"મારા વિચારમાં શું હોય કેસીન ? તું હોય, મારી ફાલ્કા અને મારા ફાલ્કન હોય. બીજું શું હોય."

"બસ આટલી જ દુનિયા છે તમારી ?"

"હા, આટલી દુનિયા પણ સમૃદ્ધ છે. તારા આવ્યા પછી તો હું ધનવાન થઈ ગયો." મેં કહ્યું."

"હવે બીજું કોઈ ?" તેણે કહેલું.

"હા વળી. હવે એ આવનારું આપણું...!"

"નાનકડું આનંદવિશ્વ." તેણે મારી વાતમાં જ ઉમેરી દીધું.

"હા, કેસીન..આપણું નાનકડું આનંદવિશ્વ."

"શું નામ પાડીશું તેનું કેસ્ટ્રેલ ?"

"નામ તારે પાડવાનું છે. આમેય હવે મારી સમગ્ર દુનિયા તું જ છો. તને ગમે એ મને ગમે જ. કહે શું વિચાર્યું છે ?"

"કિટલ, કેવું રહેશે ?"

"ખૂબજ સુંદર..!" મેં કહ્યું.

"મારા કેસ્ટ્રેલનો કિટલ. તેણે અનેરા વહાલપથી કહ્યું હતું."

હું રીતસર તેને બાઝી પડ્યો. પહેલીવાર કેસીન અને મારી વચ્ચે એક નવા શબ્દે જન્મ લીધો હતો..કિટલ. કેવું સુંદર નામ છે ? મેં જેમ મારી ફાલ્કા અને ફાલ્કાનની વચ્ચે જીવવાનું સ્થાન બનાવી દીધું હતું. તેમજ કિટલ હવે અમારી સોડમાં હશે. અમે આતુરતાથી તેની રાહ જોઈ રહ્યાં છીએ. એ

જન્મની સુગંધને શ્વાસમાં ભરી લેવા. એ કોચલાની અંદર પ્રસરેલી ચીકાશને અમે અમારા હૃદયના ધબકારમાં સમાવી લેવા માંગીએ છીએ. પછી કિટલનો અવાજ એ ધબકારમાં જડાઈ જશે..! હું ખૂબ ખૂબ ખુશ છું ઈશ્વર..! તારો ખૂબ ખૂબ આભાર !!

આનંદ ભરેલી પીડાનો એ દિવસ.

જ્યારથી કૅસીનની સ્થિતિ જાણી ત્યારથી ખૂબ જ સુંદર કાળજીનો માર્ગ મેં અપનાવ્યો છે. શિકાર કરી લાવવાનો. પાસે બેસી જાતે કૅસીનને ખવડાવવાનું એ મારું પહેલું કામ. તેની સાથે થોડી ઉડાન ભરવાની. સરોવરના પાણીમાં થોડાં છબછબિયાં કરવાનાં અને પછી પર્વતની ભેખડોમાં બાંધેલા માળા પાસે બેસી જવાનું. આસમાનને જોયાં કરવાનું. કૅસીન સાથે અલક મલકની વાતો કરવાની. ક્યારેક અમારી વચ્ચે ભૂતકાળ આવી બેસતો. ક્યારેક ભવિષ્યનાં સપનાં રંગો વછોડતાં હતાં. આમ અમારો વર્તમાન નભતો હતો.

હું સુંદર શિકાર કરું છું. કૅસીનના મનને ભાવે તેવું બધું જ કરું છું. ક્યારેક પેલી વેલીઓ પરનાં ફૂલ વીણી લાવું છું. અમારા માળાની આસપાસ ફૂલો વેરાયેલાં હોય એ સારું લાગે છે. ક્યારેક હું મારી કૅસીનના માથે ફૂલ ભરાવી તેના રૂપાળા ચહેરાને જોયા કરું છું. અત્યારે એ વધારે રૂપાળી લાગતી હતી. થોડી ભરાવદાર પણ દેખાતી હતી. તેની ચાંચમાં ચાંચ પૂરાવી પાંખોની મસ્તી હું ભૂલતો નથી. પણ અત્યારે તેની સાથે હું કોઈ પણ હરકત હળવાશથી કરું છું. તેને સહેજ પર તાકાત લગાવવી પડે તેવું કશું જ

કરવાનું બંધ છે. અને હું ક્યાં તેનાથી અળઘો થાઉં છું. બસ, ખોરાક માટે જ થોડીવાર ખસું છું.

એ નવી સવાર મને યાદ છે. અમે એક હળવી ઉડાન ભરી હતી. ઝડપથી પાછાં પણ આવી ગયાં હતાં. આજે કૅસીનનું મન જરા બેચેન જણાતું હતું. હું તેનામાં આવેલી બદલાવી હરકત જાણી જતો હતો. કારણ કે મારું કામ જ તેની ફરતે જીવવાનું હતું.

મેં તેને પૂછ્યું : "શું થાય છે દુઃખે છે ?"

"ના, પણ આજે કશુંક અજુગતું અનુભવાય છે." તે બોલી.

"ચિંતા ન કર..ડર લાગે છે ?" મેં પૂછ્યું.

"ના ડર તો તું મારા જીવનમાં આવ્યો પછી લાગ્યો જ નથી. પહેલીવાર તું મારી પાછળ પડ્યો એ વખતે થોડો ડર લાગેલો. પછી તો..!"

"હા, મારી કૅસીન. પછી તેં ડર સાથે જ જીવવાનું શરૂ કરી દીધું. બરાબર ને ?"

"ના. ડર સાથે નહીં મારી જિંદગી સાથે. મારા આનંદ સાથે. મારા નાનકડા કૅસ્ટ્રેલ સાથે જીવવાનું શરૂ કર્યું." તેણે પ્રેમભરી વાત કરી.

નિર્ભિક હતી મારી કૅસીન. મારી ફાલ્કા જેવી જ જોરદાર. થોડુંક એ માળા તરફ ખસી. થોડાં ઘાસનાં તણખલાની સુંવાળપ અમે જાતે જ તૈયાર કરી હતી. તેમાં થોડાંક પીંછાં પણ ખેરવ્યાં હતાં. કૅસીન એ માળા ઉપર જઈ બેઠી હતી. હું તેની નજદીક પહોંચી ગયો હતો. તેની ડોક સાથે થોડું વહાલ કર્યું. મને સમજાતું હતું. તેની અંદર થોડી પીડા હતી. મેં કશું જ બોલ્યા

વગર તેને મારી સોડમાં સમાવી લીધી. તેણે તેનું માથું મારી ડોક પર ઢાળી દીધું.

થોડી હિંમત કરી ફરીથી એ સ્વસ્થતા કેળવે છે. મેં પાંખથી તેને પસવારવા માંડ્યું હતું. એ ચાંચને બંધ કરી ઊંડા શ્વાસ લેતી હતી. તેના શરીરમાં જોરનું વહેવું હું અનુભવી રહ્યો હતો. બે-પાંચ વારની તાકાત પછી એ એકદમ ઢીલી પડી ગઈ. તેણે શરીરનો પૂરો ભાર મારી ઉપર નાખી દીધો. મેં તેને રીતસર ચૂમવા માંડ્યું હતું. એ નિસ્તેજ લાગતી હતી. મને સમજાય ગયું તેણે ભીતરના તેજને બહાર કાઢી નાખ્યું હતું.

એક જુદા જ પ્રકારની ગંધ પ્રસરી રહી હતી. મને ખબર પડી ગઈ હતી. એ નાનકડું આકાશ આકાર ધારણ કરી ચૂક્યું છે. તેમાં અમારું સત્વ પૂરાયેલું હતું. કેસીનને મેં ઘણા સમય સુધી સહારો આપ્યા કર્યો. હવે ધીરે ધીરે તેના ચહેરે આનંદ ફરકી રહ્યો હતો. તેને સ્વસ્થ જોઈ હું રાજી થયો. શરીરની સહેજ પકડ છોડીને અમે બંનેએ માળામાં જીવ પુરાયેલા આકારને જોયો. એકવાર તો અમે નજદીક જઈ તેને સૂંઘી લીધું. એ અદ્દલ અમારી ભીતર ઉઠતી સુવાસ જેવું હતું. હવે એ અમારી સુવાસનો અંશ રૂપ ધારણ કરનારો છે. હવે તેમાં અમારો ધબકાર ધબકશે.

એ દિવસે મેં ઝડપથી શિકાર લઈ ઘરે આવવાનું ધાર્યું હતું. તેજ નજરે હું શિકારને તાકી રહ્યો છું, ત્વરાથી શિકાર ઉપર તરાપ મારી હતી. પણ પહેલીવાર મારા પંજામાંથી શિકાર છૂટી ગયો. આજે બેત્રણ વાર આવી વિફલતા આવી. થોડી ચિંતા થઈ આવી, આવું કેમ બને. કદાચ આજે હું

અતિ ઉત્સાહમાં હતો તેથી આવું થયું હશે ? મારું ચિત્ત થોડું ભ્રમિત હશે ? કોણ જાણે જે થયું તે વિચિત્ર હતું.

ત્યાર બાદ મેં શિકાર પકડી લીધો હતો. ઊંચકીને માળા સુધી પણ પહોંચી ગયો હતો. કૅસીન પેલા નાનકડા જીવના આવરણને સાચવીને બેઠી હતી. મેં એને ભરપેટ જમાડી. તેની પાસે બેસવાનું મુનાસિબ માન્યું. કંઈક વિશેષ ઈચ્છા વિશે મેં કૅસીનને પૂછ્યું હતું. પણ કૅસીન ખૂબ સંતુષ્ટ હતી. તેના પેટમાં ઉછળી રહેલો જીવ હવે સલામત રીતે અવતરી ચૂક્યો છે. માત્ર હવે તેના બહાર આવવાની રાહ છે. તેનો ચહેરો જોવાની ઉમ્મીદ વજનદાર બની રહી છે.

એ પળ ક્યારે આવશે ?

કેવું હશે અમારું પંખીબાળ..! અમારું કિટલ !

અનેક સવાલો ઉઠી રહ્યા છે. અત્યારે કૅસીન અને મારામાં લગભગ એક જેવા જ વિચારો પ્રગટે છે. તેના દિમાગમાં ચાલતી વિચાર પ્રક્રિયાનો છેડો મારા દિમાગ સુધી વિસ્તીર્ણ થઈ રહ્યો છે. હું અને કૅસીન એક જુદા જ પ્રકારની અવસ્થામાંથી પસાર થઈ રહ્યાં છીએ.

થોડી રાહ થોડાં સપનાં.

એક લંબગોળ આકાશમાં આકાર પૂરાવાની સાધના ચાલી છે. તેમાં શ્વાસના ધબકારનો ઇન્તેજાર હતો. કૅસીનની હૂંફ તેમાં તાજપ ભરતી હતી. એ ક્ષણવાર પણ ત્યાંથી હટતી નથી. એનું સાધના જેવું વર્તન મને ખૂબ ગમતું હતું. સમગ્રપણે કૅસીન એ નાનકડા દડા ઉપર કેન્દ્રિત હતી. તન

અને મનની સમગ્ર ક્રાંતિ તેના સ્થિર વર્તનમાં જોવા મળતી હતી. હું એ સુંદર ઘટનાનો સાક્ષી બની રહ્યો હતો. અને આનંદિત થઈ ખેચરી પ્રક્રિયાને અનુભવતો હતો.

ઈશ્વરની આ અદ્ભુત કલાનાં અમે પાત્રો છીએ. તેની મરજીએ ભૂખ અને જીવન પણ. તેની જ મરજીનું સમગ્ર છે. અમે અકળલીલાના ઈશારે એક નાનકડા ઈંડાને સાચવી રહ્યાં છીએ. પંખીજાતનું કલેવર એક નાનકડા ઈંડામાં ઘડાય છે. એ ઈંડું તેનું પહેલું આગવું આકાશ છે. કોચલું તૂટ્યા પછી વિશાળ આકાશનો મેળાપ થાય છે.

સૃષ્ટિનાં સમસ્ત જીવોની ગતિ વામનથી વિરાટ તરફની છે. ઈશ્વર બધાં જ વર્તનો આપણી પાસે કરાવીને નિમિત્તો સર્જે છે. એ વર્તનમાં સુંવાળપ પેદા કરે છે. પછી એ જ પ્રેમ બની જાય છે. એ પ્રેમ આખરે પ્રગાઢતા ધારણ કરે છે. પછી 'સ્વ' નો હાસ્ થતો જોવા મળે. પોતાની જાતને ભૂલીને જીવવાની મજા લેવાનું અમસ્તું નથી બનતું. અત્યારે અમે જાતને ભુલનારાં બની ગયાં છીએ. અમારા ગમા-અણગમા ભૂલીને આવનારા એ અમારા સત્વ માટે આતુર છીએ. કૅસીન નાનકડા જીવના કલેવરની ચિંતામાં એક એક ક્ષણ વ્યતિત કરી રહી છે.

એક મા ની મન:સ્થિતિ મને ગમી રહી છે. હું સતત તેની સામે જોઈ મનોમન મારી ફાલ્કાને યાદ કરું છું. મારા જન્મની ઘડી ફાલ્કા માટે આવી જ ધીરજ ધરનારી હશે. ભીતરેથી વછૂટેલા બુંદમાંથી એક આકારનું સજવું સામાન્ય ઘટના નથી. એ તત્ત્વની સત્ત્વ યાત્રા છે. એ આકાર અદ્દલ બુંદનું ઝરણ કરેલા જીવ જેવો હોય છે. આબેહૂબ તેની જ પડછાઈ. તેમની જ ગંધ

લઈને કેળવાયેલો આકાર. અવાજની સામ્યતા વાળો રણકાર લઈને એક પંખીરાજ આ દુનિયામાં અવતરે છે. ફરીથી એ બાજ કાયનાતમાં ઊંચી ઉડાનનાં સાહસ ભરેલાં સપનાં સજાવે છે. ઉડાનની પરીક્ષાના એક નવા અધ્યાયનો આરંભ થાય છે. ક્યાંક કોઈ મારી જેમ પ્રેમની સફરે જન્મે છે. ચાહવું એ જીવન છે. ખુલ્લા આકાશને ચાહવાવાળા બાજને આકાશ જેટલું ચાહવાનો અધિકાર છે. આમ એક બાજ આવશે તેના હમસફરની શોધમાં..!

એ સુંદર ક્ષણ.

મને બરાબર યાદ છે એ દિવસ. એ અજબની ઘટના. જ્યારે કિટલે કોચલાની બહાર ડોકું કાઢ્યું હતું. ક્યારનો એ આકાશની નાનકડી પ્રતિકૃતિમાં બેઠેલો હતો. મારી કેસીને એટલી બધી હુંફ આપી કે તે રીતસર એ હૂંફને બાઝી પડવા બહાર નીકળી આવ્યો.

'વાહ ! મારા કિટલ. વિશાળ આકાશમાં તારું સ્વાગત છે. અજબ ગજબની સૃષ્ટિમાં તારું સ્વાગત છે. તારા કેસ્ટ્રેલ અને કેસીનની ગોદમાં તારું સ્વાગત છે. આનંદ છવાઈ ગયો કિટલ તારા આવવાથી..!" હું લગભગ પાગલની જેમ બોલી રહ્યો હતો.

કેસીનના આનંદ વિશે તો શું કહેવું ? એ તો સૂધબૂધ ખોઈ બેઠી હતી. એકદમ સ્તબ્ધતાને વળી ચૂકી છે. આખો દિવસ કોચલામાંથી ડોકું કાઢેલા કિટલને જોયા કરે છે. નમી-નમીને કિટલને ચૂમ્યા કરે છે. હું એ દૃશ્યથી અનહદ રાજી થાઉં છું. તેમની પાસે જઈ ગોઠવાઈ જાઉં છું. એ વખતે

કેસીનના ચહેરાનો આનંદ બેવડાઈ જતો હતો. હું સહેજ પણ ત્યાંથી ખસવાની વાત કરું તો તેને ગમતું નથી. એ થોડી ચિંતિત પણ બની જાય છે. પણ પેટનો આવેગ થોડું સમાધાન કરાવે છે.

મારી સુંદર ક્ષણોમાં પેલી શિકાર છૂટ્યાની વાત ક્યાંક શૂળની જેમ ભોંકાય છે. હું કેસીન અને કિટલ પાસે હોઉં ત્યારે ભુલાઈ જાય છે. પણ શિકારનો વિચાર આવતાં એ પીડા માથું ઉંચકે છે. ફરીથી હું વિફલ થઈશ તો ? એ વિચાર મારામાં થોડાં કંપન ઊભાં કરે છે. હું પાછી સ્વસ્થતા કેળવી લઉં છું. બે જીવોની ચિંતાએ લાંબી ઉડાન ભરું છું. મને ઉડાન પણ થોડી ભારે લાગે છે. મારાં પીંછાં વજનવાળાં થઈ ગયાં હોય તેવું લાગે છે. ખબર નહિં મારા આનંદ સરોવરમાં આ કેવાં વમળો પેદા થઈ રહ્યાં છે..? જે હોય તે પણ હવે મારી ફરજ મારો આનંદ માર્ગ બની ગઈ છે.

મારે ખૂબ ઉત્તમ રીતે ફરજ બજાવી છે. મારે કેસીનને સાચવવાની છે સાથે કિટલને પણ. મારામાં નબળાઈ આવે તે પાલવે તેમ નથી. હવે મારે બે જીવોના શ્વાસ નિભાવવાના છે. તેમનામાં પૂરાતી શક્તિ મારો પરિશ્રમ બની રહેશે. એટલે હવે મારા પંજા દગો આપે તે હરગિજ ન ચાલે. આવો નિર્ધાર મનમાં દૃઢ કરું છું. વિફલતા કાયમ ન ટકે એવું મનને સમજાવું છું.

આજે ફરીથી મારા પંજામાંથી શિકાર છટકી ગયો. હું મોટો શિકાર ઈચ્છતો હતો કદાચ એટલે આવું થયું હશે ? પછી મેં થોડા વજનમાં હલકા શિકાર તરફ ઝુકાવ કર્યો. થોડી સફળતા મળી. તેને ઘર સુધી ઉંચકી લાવવાનો. ફરીથી બીજો શિકાર ખોળવાનો. આ જરીક વધારે લાગતું હતું. એક જ ધડાકે સફળતા આવી પડે તેનો આનંદ જ જુદો હોય. બાકી એક જ કામ

માટે વારંવાર મથ્યા કરવું બાજને ન પાલવે. 'બાજની તીક્ષ્ણ નજર અને તેની ખતરનાક શિકાર વૃત્તિ' જ તેની વિશેષ ઓળખ છે. મથવું જોઈએ સારી વાત છે પણ અમારી બિરાદરી માટે એ વાજબી નથી.

મારે દિવસમાં વારંવાર શિકારની કડાકૂટ કરવી પડે છે. શરીરમાં ગજબનો થાક વર્તાય છે. ખબર નહીં આ જીવનની કઈ દિશા છે. પહેલીવાર હું આવી નિર્બળતાનો શિકાર થઈ રહ્યો છું. મને થાય છે બધી વાત કૅસીને કરી દઉં. પાછો વિચાર આવે છે હમણાં નહીં. હું થોડી સ્વસ્થતા રાખવાનો પ્રયત્ન કરું છું. મારી કૅસીનથી પહેલીવાર કશું છુપાવવાનો પ્રયત્ન કરું છું. મારી નિર્બળતા મને અંદરથી છોભીલો પાડી રહી છે. છતાં ઉભો થઈ જાઉં છું. બસ, મારે અત્યારે મારી ફરજ દમદાર નિભાવવાની છે. ધડકનોની તેજ ગતિ હવે હાંફ બની રહી છે. આ બધાની વચ્ચે મારા ઘરે આવેલી મંગલ ઘડીને મારે ઉજવવાની છે. ચહેરા ઉપર સહેજ પણ પીડાનો ઝબકારો ન થવો જોઈએ. મારા ઘરે આવેલી ખુશીની ક્ષણોમાં ખલેલ ન થવી જોઈએ.

સમયની ઝડપ કોઈ ન પકડી શકે. આપણે તો સમયની સાથે વહેવાનો આનંદ લેવાનો. હવે કૅસીન પણ શિકાર માટે તૈયાર છે. અમે વારાફરતી શિકાર મેળવવા જઈએ છીએ. નાનકડા કિટલને એકલો મૂકવો ઠીક નથી. એટલે એક જણે ફરજિયાત કિટલ પાસે રહેવાનું છે. હવે તો કિટલ પણ મોટો થઈ રહ્યો છે. તેની કૂંણી ચાંચમાં ખોરાક મૂકવામાં કૅસીન ભારે ખંતીલી અને ચીવટવાળી પણ છે. હું પણ થોડું શીખું છું. તેમ છતાં કૅસીનના જેવી ચાકરી મને ન ફાવે. જાતબંધુંઓનાં ઘણાં બચ્ચાંને એ વરસોથી સાચવતી આવી છે. મને પણ કેટલો સાચવે છે. એ મારા

જીવનમાં આવી ત્યારથી હું સંપૂર્ણપણે પરગજુ બની ગયો છું. આનંદ થાય છે તેની સામે નિરાધાર બની રહેવામાં..! મારે તેની સામે પરાક્રમ ન કરવાનાં હોય. તેને તો ફક્ત પ્રેમ કરવાનો બસ..!

વિચિત્ર પીડા.

મને ખબર હતી, કૅસીન મારી તકલીફ જાણી દુ:ખી થશે. તેને દુ:ખ ન થાય એટલે હું કામના બહાને દૂર રહેતો. થોડા સમયથી મારી એ સામે કોઈ અકળ દૃષ્ટિએ જોયા કરતી હતી. શું તેણે એટલે જ વહેલી સ્વસ્થતા કરવી હશે..? હવે એ પણ શિકાર કરવા લાગી છે. હું હજુ સુધી સહજ છું. અમે કિટલની પાસે બેઠાં છીએ. એ દિવસે અમે ભરપેટ માછલાં ખાધાં હતાં.

તેણે મને પ્રશ્ન પૂછ્યો : "શું થયું છે તમને ?"

મને નવાઈ લાગી. થોડું થોથવાયો. "કેમ વળી ,મને શું થયું ?"

"મને ખબર છે, ઘણા સમયથી તમે કંઈક છુપાવો છો. કહી દો આજે."

તેણે દમદાર અવાજે કહ્યું.

"કેમ આજે આટલો રોફ છે" મેં બનાવટી શબ્દો વાળ્યા.

"જો કૅસ્ટ્રૅલ, મને ખબર પડી ગઈ છે. તને કોઈ પીડા છે. એકદમ ખુલ્લા મને કહી દે."

"મારી કૅસીન તારાથી હવે છુપાવવું પાલવે તેમ નથી. જો ને, મારા પંજાઓને શું થયું છે ? મારી ચાંચ પહેલાં જેવી રહી નથી. ખબર નહીં મારી પાંખોનો મને ખૂબ ભાર લાગે છે." મેં કહ્યું.

"તેનો ઉપાય શો છે ?" તે બોલી.

"મને ખબર નથી." હું જરા ચિંતિત હતો.

"તો જાણવું જોઈએ. આ વિચિત્ર સ્થિતિને ક્યાં સુધી ચલાવવી..પૂછો કોઈ ને..!" તેણે કહ્યું.

"હા, પૂછીશ." મેં ટૂંકો જવાબ આપ્યો.

તેની ખિન્નતામાં ભારોભાર પ્રેમ ભરેલી ચિંતા વર્તાતી હતી. એ એવું મિશ્રિત જણાતું હતું કે તેની વાત માનવી કેમ ? ફરીથી હું સ્વસ્થતા કેળવી તેનાથી દૂર ચાલ્યો ગયો. તેના ચહેરા ઉપર ચિંતા સહેજ પણ શોભતી નહોતી. તેનો ફિકરવારો મિજાજ ગમ્યો. પણ તેની પાછળનો ડર મને ન ગમ્યો. મેં તેના ચહેરે વાંચી લીધું હતું કે તેનામાં ડરે થોડી જગ્યા કરી હતી.

એક વિચિત્ર ઘટનામાંથી હું પસાર થઈ રહ્યો છું. મારાં દમદાર અંગો હવે ઢીલાં પડી રહ્યાં છે. આમ તો જીવાશે જ કેમ ? આવી કલ્પના શરીરને કોરી ખાઈ રહી હતી. હવે મારે ખુદ તેનો ઈલાજ શોધવો પડશે. હે ઈશ્વર ! આ પાછી કયા પ્રકારની પળોજણ આવી છે. તું મને બધી બાજુએથી ઘેરી લે છે. થોડી ખુશી, થોડી પીડા સાથમાં જ આપે છે. ખબર નહીં આવું બધાંને થતું હશે ? મેં કોઈ વડીલ વૃદ્ધને પૂછવાનું નક્કી કર્યું. તેમનો અનુભવ મને જરૂર રસ્તો બતાવશે. તેઓ કહે તેમ હું બધું જ કરીશ. એકે-એક શબ્દનું પાલન કરીશ. ભલે મારું શરીર કૃશતાથી ઘેરાઈ જાય. હું સહેજ પણ પાછો પડવાનો નથી.

જિજીવિષા અને ક્ષીણતાની વચ્ચે.

મને જાણવા મળી ગયું હતું. બાજના જીવનની આ સૌથી વિચિત્ર ઘટના છે. ઉંમરના એક પડાવે અંગોની ક્ષીણતા સ્વીકારી લેવાની અથવા તો પરાક્રમ દ્વારા નવું જીવન મેળવવાનું. ક્ષીણ જીવનની ગતિથી પળેપળ મૃત્યુ તરફ જ જવાનું છે. પણ દમદાર જીવવાની ઈચ્છાએ અંગોની તીક્ષ્ણતા અને તાકાત જરૂર મળે.

જીવન અને મૃત્યુની અસમંજસતા એ બાજની ભયંકર પીડા છે. જીવવા માટે પરાક્રમ કરો કાં'તો મૃત્યુને હવાલે..બસ, જીવન સમાપ્ત કરવાનું. એક પડાવમાં બાજના પંજાની પકડ ઢીલી થઈ જાય છે. તેની ચાંચ પણ ધારદાર રહેતી નથી. પાંખોનો ભાર વધી જાય છે. ત્યારે તેની શિકાર શક્તિ જોખમમાં મૂકાઈ જાય છે. હવે જીવવા માટે તો ભૂખને સંતોષવી રહી. પરંતુ એ જરૂરિયાત પૂરી કરનારાં સાધન વિના શું કરવું? જીવન માટે વલખાં થઈ પડે. પણ હવે શું ? બચે છે, માત્ર એક માર્ગ. સ્વયં પીડાનો માર્ગ.

મેં કેસીનને હિંમતપૂર્વક કહ્યું હતું : "મારે જીવનની ઉર્જા મેળવવા કંઈક કરવું જ રહ્યું. કોઈ નિર્જન જગ્યાએ જઈ મારી ચાંચને તોડી નાખવી પડશે. ખૂબ જ પીડાદાયક આ ઘટના હશે. જીવતાં જીવે લાલચટાક લોહીની સાથેનો ખેલ છે. પળેપળ દર્દ અને ભૂખને સહેવી પડશે. સ્વયં પીડા ઊભી કરવાની છે. પરંતુ એ પીડા પછી શાનદાર નવજીવન છે."

કેસીન સ્તબ્ધ થઈ ગઈ. એ કશું જ બોલી શકતી નહોતી. તેના શરીરમાં દોડી ગયેલી ભયંકર પીડા તેના ચહેરે ફૂટી રહી હતી. નિ:શબ્દ એ મને બાઝી પડી બસ..! આંસુનો અષાઢ મેં નજરો નજર જોયો. થોડીવારે શાંતિ

પ્રસરી ગઈ. સ્વસ્થતા કેળવવા સમયના વહેવાની રાહ જોવી જ પડે છે. કોઈપણ સ્થિતિ સમયની દવાએ હળવી બને છે. ખૂબ મોટી સમસ્યા પણ નિરાંતના શ્વાસ પછી સહ્ય બને છે. આ પણ ઈશ્વરની લીલા જ છે. હવે મૌન તૂટવા મજબૂર હતું. સ્વર પ્રગટે છે.

તેણે પૂછ્યું : "કેટલો સમય લાગશે ?"

મેં કહ્યું : "એ ખબર નથી. કદાચ ઈશ્વરની મરજી જેટલો."

"હું અને કિટલ એકલાં ?" તેની બોલીમાં પહેલીવાર મને નિ:સહાયતા જોવા મળી હતી. મારી મજબૂત કૅસીન આજે ઢીલી પડી ગઈ હતી. પણ મને ખબર છે એ ખૂબ જ મજબૂત છે. એ બધું સાચવી લેશે. કિટલને સાચવવા હવે તે સક્ષમ છે.

તેના સ્વરમાં અને સ્વ માં હિંમત લાવવા મેં કહ્યું હતું : "કૅસીન મારે જીવવું પડશે. તારી સાથે જીવવા માટે હું કંઈપણ કરીશ. હજુ તો મારે આપણા કિટલ સાથે ઉડવાનું છે. આસમાનના રંગોમાં આપણા ત્રણેયની ઉડાન હજી બાકી છે. મારે નવો જન્મ મેળવવો જ પડશે. તું ચિંતા કરીને મને પાંગળો ન બનાવ. એકવાત સમજ આ મારા એકલાની કઠિનાઈ નથી. બાજની સમગ્ર જાત માટે આવું છે. ઝિંદાદિલ પંખી જાતની ઝિંદાદિલી છે આ..! નિઃસહાય થઈ પડ્યાં રહેવું અને બીજાના ઉપર નભવું આપણને ન પાલવે. બાજને એ હરગિજ ન પોસાય. આપણે તો આફતની સામે બાથ ભીડનારાં છીએ. સામી છાતીએ લડનારાં છીએ."

"કેસીન, તેં જ મારામાં હિંમત વાવી છે. હું તો પાગલની જેમ જીવતો હતો. મને કોઈ વધારાની ઈચ્છા કે અભરખા નહોતા. તેં મારામાં હરખ વાવ્યો. તેં મને આફતોની સામે ટક્કર લેતો કર્યો. તું'ય કેસીન જોરદાર છે..! હવે તું મને નિરૂત્સાહ કરે તે કેમ ચાલે ?" મેં ઘણું બોલી નાખ્યું.

"હા, મારા કેસ્ટ્રેલ. હું એ ભૂલી ગઈ હતી. તેણે થોડી સ્વસ્થતા સાથે કહ્યું. હવે તેનો સ્વર થોડો બદલાયો હતો. પછી તો કેસીન વરસવા માંડી. તેણે એકદમ હતાશા ખંખેરી નાખી. "ભૂલ થઈ કેસ્ટ્રેલ, મને માફ કરો. હું થોડી પ્રેમવશ આપણી તાકાત ભૂલી ગઈ હતી. મને હવે સમજાઈ ગયું. એ આપણી જીવનગતિ હશે. એ આપણા પૂર્વજોનું નિત્ય પરાક્રમ હશે. મને સમજાય છે આ આપણી પંખીજાતની બહાદુરીનું સત્વશીલ પ્રમાણ છે. આપણી ઊંચી ઉડાનને બરકરાર રાખવા માટે આપણે ઝઝૂમવું પડે."

"વાહ ! મારી કેસીન વાહ ! હવે બરાબર."

તેણે કહ્યું : "મારા વ્હાલા કેસ્ટ્રેલ..પ્રેમ ખૂબ મોટી તાકાત છે. અને નબળાઈ પણ. પ્રેમ ઉત્કર્ષ છે અને ક્યારેક પ્રેમ બરબાદી પણ. પ્રેમ અનેરી ઉડાન છે ક્યારેક પ્રેમ ધરતી પરનો પછડાટ..! હું તને ખૂબ ચાહું છું. હવે તો આપણી પાસે આપણો કિટલ છે. તેને વહાલ કરવાના દિવસોમાં તમારે...!" મેં તેને અટકાવી દીધી.

"હા, પણ આવનારા સોનેરી દિવસો માટે થોડી કુરબાની તો કરવી જ પડશે..! હું તમારી અઢળક યાદો લઈને જાઉં છું. અને તેથીય વિશેષ મારી કેસીનનો પ્રેમ મારી આંખોમાં આંજીને..! સાથે મારી ફાલ્કા અને ફાલ્કનના આશીર્વાદ તો ખરા જ..!"

"એક વાત ચોક્કસ છે, કૅસ્ટ્રૅલ તને તારી મા એ ખૂબ જ મજબૂત બનાવ્યો છે. અને પ્રેમથી'ય ભરપૂર છે તું." તેણે અનેરા ઉત્સાહથી કહ્યું.

"મારી ફાલ્કા હૃદય ઉપર પથ્થર મૂકીને મને તાલીમ આપતી હતી. અને પ્રેમ પણ એટલો જ કરતી. અને આમ પણ હું જોરદાર ફાલ્કનનો પુત્ર છું. એ બહાદુરે પોતાની પ્રિય પત્ની માટે પોતાનું જીવન જ ખોઈ નાખ્યું હતું. ખબર નહીં એ મારા અદ્ભુત ફાલ્કન ક્યાં હશે ? પ્રેમ બહાદુરી પણ શીખવે છે. હું તેમનું સંતાન છું, બંને બાજુ એકદમ સ્થિતપ્રજ્ઞ રહીશ..!" મેં થોડું વધારે બોલી નાખ્યું.

"જાઓ, મારા કૅસ્ટ્રૅલ જાઓ. પાછા આવો ત્યારે એક જ શિકાર ઉપર તરાપ મારવાની ઘટના ફરીથી જીવીશું. હું એ ઘટના મારા કીટલને બતાવવા માંગુ છું. જો, તારી મા અને બાપમાં કોણ વધારે ચકોર છે ?" "ના એવું કંઈ સાબિત કરવું નથી. પણ તું મારી ફાલ્કાની જેમ જ કિટલને તાલીમ આપજે. હું આવું પછી આપણે ખૂબ ઊંચી ઉડાન ભરીશું..કિટલની સાથે."

ઉત્સાહભેર વહોરેલી પીડા.

કેટલાંક દુઃખો આવનારા સુખ માટે ખૂબ જરૂરી હોય છે. હું પહોંચી ગયો એક અવાવરું પથ્થરવાળા પર્વતોની વચ્ચે. ત્યાં મારી ફાલ્કા યાદ આવી ગઈ. આવી જ કોઈ તીક્ષ્ણ પથ્થરો વાળી જગ્યાએ મા પટકાઈ હતી. થોડીવાર તો હું ચક્કર ખાઈ ગયો. આંખોમાં ભરાયેલી યાદો આંસુના રૂપે જાણે ટપકવા લાગી હતી. પીડાની એક તીણી ચીસ પાડવાનું મન થઈ આવ્યું હતું. હું શાંત રહ્યો, મૌન રહ્યો. થોડીવાર ઊમડતી યાદોના વંટોળને

અનુભવ્યા કર્યું. કુંઠવાતા મને સાવધાન થઈ મગજમાં ચાલતી પ્રક્રિયા મહેસૂસ કરી.

હવે યાદોની પીડા કરતાં જાતે ઉભી કરવાની છે પીડા..! દર્દ સાથે દોસ્તી કર્યા વગર છૂટકો નથી. મેં એ જગ્યાને ચારેકોર જોયા કરી. આકાશને સલામ કરી..આવું છું તારી એ વિશાળતામાં વિહાર કરવા. તું મારો પ્રેમ છે આકાશ.! તું તો યુગોથી ધીરજ ધરીને બેઠું છો.

હે આકાશ ! મને પણ ધીરજ શીખવ. દૂર પેલી માટી ભરેલી ટેકરીઓમાં મારી કેસીન અને કિટલ રહે છે. તેમનામાં પણ ધૈર્ય સ્થાપી દેજે. અમને વિયોગમાં જીવવાની શક્તિ આપજે.

હે ! મારા આકાશ ! મને શક્તિ આપ. મારા લાખો કરોડો પૂર્વજોએ આ પીડા સહી છે. તેમ જ આજે હું પીડાની સાથે જીવવા આવ્યો છું. હે મારા પૂર્વજો ! તમે પણ મને શક્તિના આશિષ આપજો. હજુ મારે કિટલની સાથે ઉડવાનું બાકી છે. હજુ મેં તેની સાથે એક પણ હરીફાઈ કરી નથી. મારે તેને ઉત્તમ શિકારની ઓળખ કરાવવી બાકી છે. મારી કેસીનને વિશ્વાસ અપાવવો બાકી છે કે તેં જન્માવેલા આપણા કિટલને તારા કરતાં વધારે હું ચાહું છું. તેને ચિંતા મુક્ત કરી દેવાની બાકી છે. હું આ બધું કરવા જરૂર પાછો જઈશ.

મેં ગજબની હિંમત એકઠી કરી. એક કડક શીલા ઉપર જઈને બેઠો. ચાંચને પછાડવા નીચેની જગ્યા કઠણ હોય એ જરૂરી લાગતું હતું. મેં એકવાર આકાશને જોયું. ઊંડો શ્વાસ લીધો. આંખો બંધ કરી દીધી. એક જોરદાર ફટકો પથ્થર પર લગાવ્યો. આખા શરીરમાં વીજળીનો પ્રવાહ વ્યાપી

ગયો. નસે-નસમાં જોરદાર પીડાનો ચમકારો પ્રસરી ગયો. મેં થોડીવાર એ ભયંકર દર્દને સહ્યા કર્યું. બંધ આંખે શરીરમાં પ્રસરેલી પીડાને મહેસૂસ કર્યા કરી. દર્દ થોડું શાંત થયું.

મેં ફરીથી હિંમત એકઠી કરી. એક બીજો ફટકો મારી દીધો. લોહીની ધારા છૂટી. જાણે પથ્થર ઉપર થયેલાં કંકુનાં છાંટણાં..! જાણે શુભત્વની નિશાનીઓ ફૂટી નીકળી. અસહ્ય પીડા હવે થોડી સહ્ય બનતી જતી હતી. મારી ચાંચની એક તરફનું જોડાણ સહેજ તૂટી ગયું હતું. ત્યાંથી વધારે લોહી વહી રહ્યું હતું. મારી ડોક ઉપર ધારાઓ પ્રસરી રહી હતી.

હવે મને વધારે હિંમતે બાનમાં લઈ લીધો હતો. હું એકદમ સહજતાએ ચાંચ પથ્થર ઉપર પછાડતો હતો. ક્યારેક કેટલીક ભયાનક સ્થિતિ પણ સહજ બની જાય છે. કોઈપણ બાબતના ડર સામે પહેલીવાર બાથ ભીડવાનું હોય ત્યારે ખોફનાક બની રહે. પછી એક-બે-ત્રણવાર પછી ડર સાથે દોસ્તી થઈ જાય. છેલ્લા એકાદ કલાક પછી મારામાં ભરોસો બેસી ગયો હતો. હવે હું સરળતાથી આ કામ કરી શકીશ. લોહીની ધારાઓ હવે તીવ્રતાથી વહી રહી હતી. છતાં પણ પહેલા ઝાટકે થયું એટલું દર્દ હવે નહોતું. મારી ચાંચ લગભગ હવે અલગ થવામાં હતી. હવે મને એવો પણ વિચાર આવતો હતો કે હું ચાંચ વગરનો કેવો લાગીશ. પણ નવી ચાંચ મેળવવાનો અભરખો એટલો શાનદાર હતો કે બીજું બધું જ ભુલાઈ ગયેલું.

વારંવારની પછડાટ પછી આખરે મારી ચાંચ ખરી પડી. સહ્ય દર્દની સાથે ફાવી ગયું હતું. પથ્થર ઉપર અને મારા શરીરે પડેલા લોહીની ગંધ થોડી વિચિત્ર બની રહી હતી. લોહી બહારની હવાના સંપર્કમાં આવ્યું હતું. એટલે

વાસી થઈ રહ્યું હતું. ગંધની વિચિત્રતા વધારે હતી. મેં ધીમેથી એ જગ્યા છોડી દીધી. થોડી સુકૂન વાળી જગ્યાએ બેસવાનું ઠીક માન્યું.

હવે ફક્ત પ્રતિક્ષા જ કર્મ હતું. કુદરતની ધીમી પ્રક્રિયાને ક્ષણેક્ષણ અનુભવવાની હતી. અંગ બનતાં કેટલો સમય લાગે છે. અને તેની તોડી નાખવામાં..! હવે કુદરત સમજાય છે. તેની એકાએક હરકત લાજવાબ છે. તેમાં ક્ષણે ક્ષણની તપાસ્યા છે. ઈશ્વર સૃષ્ટિના હરેક સર્જનમાં તપસ્યા કરે છે. મારું આ નાનકડું શરીર ઈશ્વરની તપાસ્યા છે. સૃષ્ટિના દરેક જીવને પૂરી મમતાથી સજાવે છે. તેનામાં કશી ઉણપ ન રહે તેની સાવધાની રાખે છે. પણ આપણને હજુ વધારે જોઈએ છે.

હે ઈશ્વર ! મને માફ કરજો. મેં સહ્ય પરિસ્થિતિમાં પણ આપને દોષ આપ્યો છે. મારી ધીરજ ખૂબ ટૂંકી છે. મારી પ્રાપ્તિની દોડ વિચિત્ર છે. આખરે જીત તો તમારી જ થાય છે. છતાં પણ અમે અમારી તાકાતની બુમરાણ મચાવીએ છીએ. પ્રભુ ! મારી મૂર્ખતા માફ કરો.

હવે મને સમજાય છે. ઈશ્વર ! આપની સંપૂર્ણ મરજીમાં મારી મરજીને ભેળવી દેવી છે. પછી ક્યાંય પીડા નહીં રહે. મારી અંગ પીડા હવે ઓછી થઈ રહી છે. સ્થિતિના સ્વીકાર પછી આનંદને આવવું પડે. મેં સહજતાએ આ મારા જીવનની ગતિને સ્વીકારવા માંડી હતી. મારી જાતને કહેતો કે બધે જ ઈશ્વરની મરજી છલોછલ ભરેલી છે. આ ઘટના તને ખરેખરો બાજ બનાવી દેશે. તારી ભીતર એક અજબ ગજબની ઊર્જા પ્રગટાવશે. તારી સમતા અને ક્ષમતા ખૂબ વિકસી જશે.

મારા અનુભવની વાતો કૅસીનને કહેવી છે. તે ખૂબ ચિંતા કરતી હશે. મારી પીડા એ ત્યાં અનુભવતી હશે. તેને કેમ કરી કહી દઉં કે હું પીડાને પરાસ્ત કરી ચૂક્યો છું. હવે મને બધે જ ઈશ્વરની મરજી અનુભવાય છે. તું પણ એમ સમજ. ખરેખર ! કૅસીન ઈશ્વર ખૂબ જ મહાન છે.

એ રાત ખૂબ જ કષ્ટદાયક હતી. પીડાની સતત ઝબઝબાટ વચ્ચે હું ત્રસ્ત હતો. વિચિત્ર જીવડાં મારી ફરતે મંડળાઈ રહ્યાં હતાં. હું બેચેન અવસ્થામાં પણ ભીતરની આશાને થપથપાવી રહ્યો હતો. રાત વહી જશે. થોડીક પીડા સહી લે કૅસ્ટ્રેલ..! હવે પીડાથી ડર ઓછો થયો છે. એક સમય પછી બધાને આવું અનુભવાય છે. જીવન એક જંગ જેવું, સંઘર્ષ જેવું અને કરુણાના કલેવરમાં વીંટળાઈ ગયેલું છે. સાથે તેની બીજી બાજુ હર્ષ, આનંદ, ઉત્સાહ પણ એટલો જ ભર્યો પડ્યો છે. આપણી પાસે ખંત અને ધીરજ કાયમ રહેવાં જોઈએ. બસ, તેના સહારે ભવસાગર આનંદપૂર્વક તરી જવાય..!

આશા અને ઉમ્મીદે મને ક્યાંય નિરાશ કર્યો નથી. મારી ફાલ્કાએ મારામાં નીડરતા ખચોખચ ભરી છે. અને મારા ફાલ્કને મારામાં ગાંભીર્ય ભર્યું છે. બે'ય મારા ગુરૂ છે. પછી મારી જિંદગીમાં કૅસીન આવી. તેણે મારામાં ઉત્સાહ ભર્યો. મારી જિંદગીનો એ ત્રીજો ગુરૂ. કૅસીન આવ્યા પછી હું થોડો ઉછળ-કૂદીયો બની ગયેલો. હવે કિટલના આવ્યા પછી વધારે ધીરગંભીર બનવા તરફ જઈ રહ્યો છું. મને એવું લાગે છે કે હું ફાલ્કન બનવા જઈ રહ્યો છું. હું મારી 'મા અને પા' ની અદ્દલ પ્રતિકૃતિ છું. મારા કિટલની જેમ..! તે એકદમ અમારા જેવો જ છે. તેની આંખો મારી કૅસીનને મળતી આવે છે.

તેની ચાંચ મારા જેવી છે. અરે ! તેને પણ ક્યારેક ચાંચ તોડવી પડશે ? આ વિચારે મને થોડોક વિચલિત કર્યો હતો.

આશાની કૂંપળ.

દર્દ સાથે જીવવાની મારી સાધના ચાલી રહી છે. થોડા દિવસોનો દિલાસો હવે રંગ લાવી રહ્યો છે. મને થોડીક ચાંચ ફૂટી છે. હવે દર્દ સહેજ પોળો ખાવા બેઠું હોય તેમ લાગે છે. મને કૅસીનને સમાચાર આપવાનું મન થઈ આવે છે. પણ થોડો વિચિત્ર દેખાવ મારો વિચાર બદલી દે છે. છતાં આનંદને વહેંચવાની તલબ છે. હું મનોમન આકાશને પ્રાર્થના કરું છું.

હે ! મારા વિરાટ આકાશ, તું અજોડ છે. તેં સૂર્ય ચંદ્ર તારાઓને સમાવ્યા. મારા જેવા અસંખ્ય જીવજંતુ, પ્રાણી-પશુઓ તારી છત્રછાયામાં નભી રહ્યાં છે. તું બધેબધ જોઈ શકનાર છો.

હે ! આકાશ હું તમને વિનંતી કરું છું. મારી ફાલ્કા અને ફાલ્કન જ્યાં હોય ત્યાં મારું કુશલ મંગલ કહેજો. મારી કૅસીનને અઢળક યાદ કહેજો. અને મારા કિટલને વહાલ કરજો.

હે મારી ! જીવનયાત્રાના સાક્ષ્ય તમને આ નાનકડો કૅસ્ટ્રૅલ વારંવાર વંદન કરે છે. હવે હું સ્વસ્થ થઈ રહ્યો છું. મારી આશાવંત દૃષ્ટિથી ખુશ છું. મારા આ સમાચાર બંધુઓને પણ કહેજો. તેઓ મારી રાહ જુએ.

હે પૃથાવરણ ! આપ મને અને મારા પરિવારને એકસાથે જોઈ રહેવા સમર્થ છો. આપના વિરાટ ક્ષેત્રમાં ઊડતી હવાની લહેરખીઓ મારો સંદેશ

પહોંચાડવા શક્તિસંપન્ન છે. આપના થકી સર્વ ગતિમાન છે. મારા ક્ષેમનો નાનકડો સંદેશ મારા નાનકડા કિટલ સુધી પહોંચાડો.

હે ! બ્રહ્માંડને ધારણ કરેલા અમોઘ શક્તિધર આકાશ ! અમે તો આપની શક્તિનાં છાંટણાં છીએ. આપની કૃપાની ફરફરમાં અમને ભીંજવો. મને મારી કૅસીન અને કિટલનું કુશલ જણાવો.

પીડાના દિવસો કરતાં ખુશીના દિવસો જલદી વહેતા હોય છે. એમ જ મારી ચાંચ ફૂટી એ ઘડી મારામાં મંગલ પ્રગટાવનારી બની. હવે હું તાકાતથી શિકાર આરોગી શકીશ..! પરિવારને જલદી મળવાનો ઉત્સાહ વધારે છે. ખુશી અને આનંદ એ જીવન છે. વિફલતા થોડુંક ટકે છે. સફલતા લાંબુ ટકે છે. ડર ગાયબ થયા પછી અદ્ભુતનો સ્પર્શ વધે છે. આનંદ હોય ત્યાં જીવવાની મજા જ કંઈક વિશેષ થઈ પડે.

મારી નવી ચાંચ મજબૂતાઈ સાથે ઊગી રહી છે. જેનાથી મારી તાકાત બેવડાઈ રહી છે. લગભગ ચાંચ તેના આખરી રૂપમાં વિકસી રહી છે. હવે થોડીક જ રાહ જોવાની છે. તે પછી ફરીથી થોડી પીડા સહન કરી લેવાની આવશે. હું એકદમ તૈયાર છું. હવે તો પીડા સાથે મારે ઘરોબો છે. એ સમયની હું રાહ જોઈ રહ્યો છું. ક્યારે આવશે એ બીજા પડાવની યાતના..!

ખરેખર એક બાજનું જીવન જેટલું મહામૂલુ છે એટલું જ કઠિનાઈ ભર્યું છે. જંગલના રાજા સિંહની જેમ અમે પણ આભલાનું સિંહત્વ ભોગવી રહ્યાં છીએ. અમે પણ રાજા છીએ અમારી આગવી દુનિયાના..! આકાશનાં સૌ પંખીઓમાં અમને વધારે માન મળ્યું છે. બધાં ઉડનારાઓમાં અમે થોડા વધારે સાહસી છીએ. ખૂબ ઊંચે ઉડનારાં એટલે ગણના પણ વિશેષમાં

થાય છે. પંખીજાતમાં બાજનું આગવું આધિપત્ય છે. તેની પરાક્રમ વૃત્તિ જાહેર છે. તેની સતર્કતા તેનું સાહસ અને તેની ઝડપ લાજવાબ છે. એટલે એ આકાશનો રાજા કહેવાય છે.

પંજાનું પૌરુષ.

હવે મારી નવી નક્કોર ચાંચથી પગના નબળા નહોર હટાવવાનું કામ શરૂ થયું. તેને તોડવાની શરૂઆત કરી દીધી. નવી ચાંચના તીક્ષ્ણ ઘા એ સહેજમાં લોહીની ટશરો ફૂટવા લાગી. નબળાઈ જાણે ખરવા લાગી હતી. પીડાની સાથે નવી સંવેદના પણ પ્રવેશ કરી રહી હતી. બે પાંચ દિવસ આ જ ક્રમ ચાલતો રહેશે. સહી શકાય ત્યાં લગી કામ ચાલુ રાખવાનું. નિર્જીવતા વ્યાપી હોય ત્યાં પ્રહારની પણ પીડા ન હોય.

ક્યારેક સહજ શિકાર મળી રહેતો. પેટમાં સત્વ પડ્યા કરતું એટલે શરીર નબળાઈને વશ થયું નહોતું. બીજા દિવસે અધૂરી ક્રિયા શરૂ થઈ. આજે દર્દ વધારે થયું હતું. ઘા ફરીથી ખોતરવાનો એટલે..! આ કામ માટે તો હું લાંબા સમયથી અહીં છું..! રાતા પથ્થરો, ધારદાર અને શરીર સોંસરવા નીકળી જાય તેવા પથ્થરો વચ્ચે. અહીં રહેવું સહજ ન હોવા છતાં મેં સ્વીકાર્યું હતું. એ સ્વીકાર બાજના જીવનના વિજય માટે છે. આવનારા નવજીવન માટે છે.

પંજાના નહોરમાં થોડું લોહી નજીક હોય તેમ પીડા વધતી હતી. લોહી પણ ખાસ્સા પ્રમાણમાં વહી જતું હતું. શરીરમાં નબળાઈ પગ પેસારો કરવા મથતી હતી. અકલ્પનીય પ્રાપ્તિ મને આ અનુભવમાંથી પસાર કરાવી

રહી છે. હું મારા નવા જીવનની રાહમાં છું...અને દૂર પેલી ટેકરીઓ ઉપર કૅસીન મારી રાહ જોઈ રહી છે. કિટલને તો પરિચય ઓછો છે, એટલે વાંધો નથી. પણ એ મને ઓળખી જાય તો આનંદ આસમાનને અડકે..! કિટલ સાથે જીવવાનાં સપનાં માટે તો આટલે દૂર પીડા ભોગવી રહ્યો છું. જીવનનું ઉત્તમ ચાલકબળ બાળક પણ હોય છે. એ જીવનમાં નર્યો આનંદ ભરી દે અને જવાબદારી પણ..!

અહીં વિચાર એક માત્ર મારો સાથી છે. પગના પંજામાં પીડા થતાં વિચારતંતુ તૂટે છે. થોડાં જીવડાં પીડામાં વધારો કરી રહ્યાં છે. હું પાંખો હલાવી પરેશાનીમાંથી મુક્ત થવાનો પ્રયાસ કરું છું. રાત્રી જરા વધારે તકલીફો લઈને આવે છે. બાકી દિવસે ખૂબ સારું લાગે છે. રાતના અંધારપટમાં ઘણાં છેતરાઈ જાય છે. અહીં ઘાવ સાચવવાના છે. અને આ તો જાતે કરેલા ઘાવ છે. રોજની ખતરણી અને રુધિરનું વહેવું. તેનું સુકાઈ જવું. થોડી રૂજ આવવી આ રોજની ઘટના છે. તેમ છતાં હવે થોડી રાહત આવી રહી છે.

મારા ફાલ્કનની યાદ આવી હતી. તેમને આવી પીડાઓમાંથી પસાર થવું પડ્યું હશે કે તેઓએ જીવન જ ટૂંકાવી દીધું હશે ? કશું જ કહેવું મુશ્કેલ છે. ફાલ્કન મારી ફાલ્કાને કેટલું ચાહતા હશે..! મારી જેમ કે મારાથી પણ વધારે.! આખરે પરસ્પરના સખ્યનો આનંદ બીજે ક્યાંય નથી. સમર્પણ ભરેલાં બે પાત્રો એકબીજામાં જ જીવન જીવે છે. તેમને મન બીજી કોઈ સ્થિતિ વધારે કીમતી નથી. જેના જીવનમાં બીજાના પ્રત્યેનો અનુરાગ કેન્દ્રમાં હોય તેને વિશાદ શાનો ? હા, તેમાંથી એક પાત્રનું ગાયબ થવું

જીવતે જીવ મરણ જેવું હોય. મારા ફાલ્કને કદાચ આ માર્ગ પસંદ કરી લીધો હશે ? કે મારી જેમ પીડા વહોરીને નવો જન્મ પ્રાપ્ત કર્યો હશે ? ના પણ તેઓ નવા જન્મથી શું મેળવે ? ફાલ્કા તો દુનિયા છોડીને ચાલ્યાં ગયાં છે. જરૂર ફાલ્કને મારાથી કેટલુંય છેટું કરી નાખ્યું હશે..!

હવે નિસ્તેજ પડી ગયેલા પંજાઓ જાનદાર બની રહ્યા છે. હું નવાં અંગોની ચમક જોઈ શકું છું. તેની ફક્કડાઈ પણ અનુભવાય છે. હું રાજી પણ છું. હવે મને નવાં અંગો ઊગે છે. જૂનાં અંગ તોડવાનું દર્દ હવે લગભગ ભૂલાઈ રહ્યું છે. થોડા દિવસોથી ખોરાક પકડી શકું છું. સંતોષની ટકટકી સંભળાય છે. ઉડવામાં પાંખોના ભાર થોડી થાકની અનુભૂતિ કરાવે છે.

નવી પાંખ.

એકપછી એકનો વારો. હવે પાંખોનો વારો છે. તે ખૂબ વધી ગઈ હતી. વજનદાર પણ એટલી જ થઈ ગઈ હતી. પીંછાંમાં વૃદ્ધત્વના રંગો જરી વધારે ઊપસી રહ્યા છે. હવે તેનું કંઈક કરવું જ રહ્યું. મને મળેલા માર્ગદર્શન મુજબ પાંખોનું સમારકામ ચીવટ માગે છે. આ કામમાં પીડા થોડી ઓછી હોય છે. હું બીજા દિવસે તીક્ષ્ણ ચાંચ વડે પાંખો ઉપર પ્રહાર શરૂ કરું છું. ચાંચ ચામડીમાં વાગે છે એટલે દર્દ પણ થાય છે. સહ્ય તીણી ચીસના પડઘા ભીતરમાં જ સમાઈ જાય છે.

હવે દર્દની ચીસ કેમ ઊઠતી નથી ખબર છે ? જીવનમાં જે અનિવાર્ય છે તેને કર્યે જ છુટકો. મન હોય કે ન હોય. જેની જરૂરિયાત જીવનના અસ્તિત્વ સાથે જોડાયેલી હોય તે કરવું જ રહ્યું. લગભગ બધું જીવ જગત

આમ શ્વસે છે. સૌ કોઈ તકલીફો, પીડાઓ, મુશ્કેલીઓમાંથી છૂટકારો ઈચ્છે છે. દરેક ઉમંગ અને ઉત્સાહ ભરેલું જીવન ઈચ્છે છે. આ જ સમષ્ટિનું સનાતન સત્ય છે. અને શાશ્વત ક્રમ પણ..!

પાંખોની પીડાએ હું ચાર-પાંચ દિવસ ઊડી શક્યો નહોતો. નજીકમાંથી જે પ્રાપ્ત થયું તે આરોગી લીધું હતું. હવે થોડી ધીરજ ધરવાની હતી. પાંખોમાં બાજેલાં લોહીના છાંટણાં ગાયબ થઈ જાય ત્યાં સુધી..! પીંછાંમાં નવી સુગંધ પ્રસરે ત્યાં સુધી. જૂનાં પીંછાં જૂની પાંખ સાથે ખરી પડે છે. નવી પાંખોએ નવી ઉડાન મળનારી છે. એકદમ હલકી ફુલકી ઉડાન. પાંખોના ભાર વગરની ઉડાન..! એક બાજની ઓળખ સમી ઊંચી ઉડાન..!

પાંખોમાં આનંદ પ્રગટશે. એક પંખી માટે પાંખ એટલે વિશાળતા. પાંખ પંખીનો વૈભવ છે. મારા પંજાઓમાં ગજબની પકડ વિકસી રહી છે. અને એકદમ ચમકીલી મારી ચાંચનું તો કહેવું જ શું ? એકદમ ધારદાર બની ગઈ છે મારી ચાંચ. મારામાં ખુશી સમાતી નથી. હવે થોડા દિવસોમાં હું મારી લીલીછમ ટેકરીઓ ઉપર જઈશ. ત્યાં મારી કૅસીન અને કિટલ રહે છે. હવે હું ત્યાં જવા માટે થનગની રહ્યો છું. મને મારી કૅસીન ઓળખી શકશે ? હું ખરેખર નાવીન્યથી ભરપૂર થઈ રહ્યો છું. બસ, હવે થોડા દિવસ. કૅસ્ટ્રૅલ શાંતિ રાખ, ઉતાવળ ન કર..! આવો દિલાસો હું મને જ આપું છું. કેટલા મહિના થઈ ગયા છે. અહીં હું એકલો અખંડ તપ સાધના કરી રહ્યો છું. હવે તેની પૂર્ણાહુતિ નજીક છે.

આવનારી કાલ.

થોડાક દિવસ પછી હું મારા પરીવાર પાસે હોઈશ. આજે મેં સવારના પહોરમાં નજીકના સરોવર સુધીની ઉડાન ભરી હતી. ઠંડા પાણીમાં ખૂબ ડૂબકીઓ લગાવી. જખમમાં ટાઢક પ્રસરી હતી. શરીરમાં તાજગીનો સંચાર થયો હતો. ઉગતા સૂરજ સામે બેસીને મારા શરીરમાં તેજ પૂરવાનું શરૂ કર્યું. સવારની આ ઘટના હરેક માટે આવું જ ચૈતન્ય પૂરનારી હોય છે. કૂંણા સૂરજનો તડકો ધરતી ઉપર મમતાથી હાથ ફેરવી રહ્યો હતો. સરોવરના કિનારાનું ઘાસ માથું ઊંચકીને ડોલી રહી રહ્યું હતું. સરોવરના પાણીમાં કિરણોનું તેજ ઝળકી રહ્યુ હતું. મારામાં પણ આમ જ તેજ ફૂટી રહ્યુ હતું.

મારા જન્મ પછી જે આનંદના દિવસો હતા. તેવા જ દિવસોએ પાછા આવવાની એંધાણી રચવા માંડી હતી. એકાએક કિકિયારી કરવાનું મન

થઈ આવતું. નવી નક્કોર પાંખ ફૂટ્યાનો આનંદ પ્રગટ કરવો છે. થોડુંક નાચી લેવાનું મન થાય છે. આસમાનનાં બધાં પંખીઓને કહી દેવાનું મન થાય છે. પણ ધીરજ ધરું છું. પહેલી ઉડાન તો લીલીછમ ટેકરીઓ સુધીની હશે. પછી બીજાને મારી ચાંચનું અને પાંખનું કામણ બતાવીશ. પહેલાં મારી કૅસીનની સામે થનગનાટ કરીશ. મારા કિટલને ઊંચકીને ચૂમી લઉં. એમની સાથે પેટ ભરીને વાતો કરી લઉં. મનભરીને કેટલાય દિવસના વૈરાગ્યને પરાસ્ત કરી દઉં. પછી આકાશનાં સૌ જાતબંધુઓ સાથે વાતો કરીશ.

કોઈ જાતબંધુના જીવનમાં ક્યારેક આ ક્ષણો આવે તો હિંમતભેર દર્દને કેવી રીતે સહેવું તેની કહાની સંભળાવીશ. કથામાં દર્દ અને ધીરજ ભરેલા દિવસોની વાતો હું જરૂર કરીશ. ડર માટે નહીં તેમનામાં હિંમત જન્માવવા માટે..! મને બેફામ જીવતાં કેસીને અટકાવ્યો. તેણે આ દિશા આપી. જીવનના મર્મને સમજાવ્યો. સરોવરને કિનારે હું વિચારમગ્ન છું. એ વિશાળ સરોવરનું સાંનિધ્ય મારામાં વિચારોની વિશાળતા રચતું હતું.

એ સુંદર સરોવરમાં તાજગીની યાત્રા સાથે મને થોડાં કૂણા માછલાં મળ્યાં હતાં. એકદમ તાજાં માછલાંએ મને ઘણા દિવસે તૃપ્ત કર્યો હતો. હું ચારે બાજુએથી મજબૂત બની રહ્યો હતો. ઊંચી ઉડાનનું સાહસ હજુ કર્યું નથી. પણ વિશ્વાસ બેસી ગયો છે કે હું જોરદાર ઉડાન ભરી શકીશ. પણ મારે સહેજ પણ ઉતાવળ નથી. પહેલી ઉડાન તો..એ વિચાર માત્રથી રોમાંચિત થઈ જવાય છે. હા, એ પહેલી ઉડાન તો લીલીછમ ટેકરીઓ ભણી જ હશે..! એમાં કોઈ બેમત નથી.

એ રાત્રે મેં તારલાઓ અને ચાંદ સાથે વાતોના તડાકા જમાવ્યા હતા. 'મા અને પા' ની સાથે મારી કેસીન અને કિટલની ખૂબ વાતો કરી..! તેમની સાથે જીવ્યાની વાતો. જાતબંધુઓ સાથેના સાહસની વાતો કરી. તારાઓ જાણે મને ધ્યાનથી સાંભળી રહ્યા હતા. એ રાત પથરાળા પર્વત ઉપર પણ આજે સ્નેહ વરસાવી રહી હતી. મારી વાતોથી એ જાણે ખુશ થઈ ગઈ હતી. એટલે ઠંડી લહેરખીઓથી વહાલપ પાથરી રહી હતી. એ રાત અજબ ખુશનુમા ભરી હતી.

એ રાતે કૅસીન ખૂબ યાદ આવી હતી. હું તેની લગોલગ બેઠો છું. તેના શરીરમાંથી ઊઠતી મોહક સુવાસ. તેનાં અડપલાંની યાદો એકદમ ટોળે વળી ગઈ હતી. ગયેલી ક્ષણો અમસ્તી આકાર સજતી નથી. ક્યારેક એકલતા તેને મજબૂર કરીને ખેંચી લાવે છે. આપણાં લોકોમાં જીવેલી ક્ષણો અમૂલખ હોય છે. તેનો ક્યાંય જોટો ન જડે.

એકલતાની છેલ્લી રાત.

હવે આનંદ મારો દોસ્ત બની ગયો છે. આ છેલ્લી રાત છે જેમાં હું એકલો આ પથ્થરોની નિર્જનતામાં બેઠો છું. આજે મન ભરીને પર્વતનો આભાર માન્યો. આપના સાંનિધ્યે મને નવું કલેવર મળ્યું છે. મારા લીધે તમને કોઈપણ પ્રકારે દુઃખ પહોંચ્યું હોય તો મને માફ કરશો. અહીં ઈશ્વરે મને સુંદર મતિ આપી છે. હું એકદમ ફરિયાદ વગરનો થઈ રહ્યો છું. મને બધું સુંદર ભાસે છે. ચૈતન્ય પ્રગટી રહ્યું છે..જીવન ઈશ્વરના ઉદ્દેશ્યને સમજવા ઉત્સુક થઈ રહ્યું છે.

બસ, આ રાત વહી જાય. કાલે સવારના પહોરમાં મારી ઉડાન શરૂ થશે. જાણે પહેલીવાર ઉડવાનો હોઉં એવું અચરજ થાય છે. કૅસીન અને કિટલને મળવાની વાતમાં ખુશીની ઘૂઘરીઓ રણકી રહી છે. ભીતર મેળાપ કાજે ઉછાળા મારી રહ્યું છે.

મારું મન ફરીફરી મને પૂછે છે :"ઘેર પહોંચીને પહેલું શું કરીશ કૅસ્ટ્રૅલ ?"

મનને જવાબ આપવો કઠિન છે..! ખાલી આકાંક્ષા મિશ્રિત દૃશ્યો ખડાં થાય છે. પહેલાં કૅસીનને મળું કે કિટલને..? થોડી દુવિધા અનુભવી.

પહેલાં લીલીછમ ટેકરીએ પહોંચીશ. નીચે ઉતર્યા વિના કિકિયારીઓ સાથે બૂમો પાડીશ. તેઓ મારા આવવાથી કેટલાં ખુશ છે તે જોયા કરીશ. એકદમ નીચે આવું તે પહેલાં થોડું ઊડ્યા કરીશ..! વારંવાર બોલ્યા કરીશ.

"મારી કેસીન...મારા કિટલ હું આવી ગયો..! જો, કેસીન તારો કેસ્ટ્રેલ આવી ગયો."

આવું બધું મારા વિચારોમાં ઉમટે છે. આજે નીંદર પણ નજીક આવતી નથી. હું ઝળહળી રહ્યો હતો. આકાશનો એક તારલો જાણે અહીં ધરતી પર પડ્યો છે. એકદમ ઠંડી રાત છે. ચાંદનું તેજ પર્વતનું સૌંદર્ય વધારી રહ્યું હતું.

આવતીકાલે હું શું નું શું કરીશ ? એવું વિચારી મગજમાં ખાલીપો વ્યાપી જાય છે. એકબાજુ એવો પણ વિચાર આવે છે. 'કશું જ કરવું નથી. જે સૂઝે તે કરીશ. નાચવાનું મન થાય તો નાચીશ. કૂદવાનું મન થાય તો કૂદીશ. બસ, આ છેલ્લી રાત ઝડપથી વહી જાય.'

આશા ભરેલો દિવસ.

ગઈકાલની રાત માત્ર પસાર થઈ હતી. મને યાદ નથી કે મેં થોડી પણ ઊંઘ લીધી હોય. સંપૂર્ણ જાગરણમાં લગભગ રાત પૂરી થઈ હતી. રાત્રે યાદોનાં પોટલાં બાંધ્યાં બંધાતાં નહોતા. કેટલું યાદ કરું ? મારું જીવન યાદોનું પોટલું બની ગયું છે. એમાં જીવવા જેવી યાદો ઓછી છે. પણ એમાં જ જીવવાનું બળ છે.

હવે બધું આકારિત કરતો સૂરજ ઉગવામાં હતો. પૂરબની દિશામાં જ લીલીછમ ટેકરીઓ છે. હું ત્યાં જવાનો છું. લગભગ સૂરજના ઉગવા પહેલાં હું જાગી ગયો હતો. સરોવરની શીતલતામાં રાતનો ઉજાગરો ભીનો કર્યો. હવે આંખમાં ટાઢક હતી. શરીરને ખંખેરી નાખી સૂરજનાં કિરણોની રાહ જોઈ રહ્યો હતો. મિલનની વેળા ઉતાવળ કરતી હતી. હું તેને કહું છું. "હવે એ યાદો ! તમે શાંત થાવ. થોડીવાર હકીકતનાં સપનાં તમે ધીરજ ધરો. હવે મારે તાદૃશ્ય સાથે જવું છે. મારી કૅસીન મારો કિટલ ક્યારની રાહ જોઈ રહ્યા છે."

ત્યાં સૂરજનું કિરણનું ઝળહળ્યું. મારામાં ઉડાનનો ઝળહળાટ પ્રગટ્યો.

આજે અમે બન્ને નવાનક્કોર થઈ ગયા છીએ. એ પૂરબની દિશાને હું વંદન કરું છું. હૃદયની ધડકન જરા તેજ થઈ રહી છે. મારા શ્વાસમાં ખુશીઓ પૂરાઈ રહી છે. હાથવેંતમાં નર્યો ઉજાસ પથરાવાનો હતો. હું મજબૂત બનીને જઈ રહ્યો છું. મેં મારી નબળાઈઓ પથ્થર ઉપર પછાડી પછાડીને ત્યાં જ છોડી દીધી છે. હવે મારે આનંદથી પરીવારમાં જીવવું છે..બસ.

મેં મને જ ધમકાવ્યો. બસ કર..ક્યારનો માત્ર સપનાં સજાવે છે. જા, ઉડાન ભર હવે..પહોંચી જા. લીલીછમ ટેકરીઓ ઉપર..તારી જિંદગી પાસે..! મને ભીતરનો ઠપકો મીઠો લાગ્યો. વાત એકદમ સાચી છે. હવે શું વિચાર વિચાર કરવાનું છે. હજુ હું તંદ્રામાં હતો. આવનારી ખુશીઓના પાગલપનમાં જ હતો. મેં મનોમનનો બબડાટ બંધ કર્યો. હવે હું જરીક વર્તમાનમાં આવ્યો.

મેં કેટલાય દિવસના સાથી પર્વતને છેલ્લી સલામ ભરી. આકાશને નમન કર્યું. ફેફસાંમાં શ્વાસ ભર્યા. જોર કરીને પાંખો ફફડાવી. હવાની શીતલ લહેરખીઓને ચૂમી લીધી. હવે શરૂ થઈ મારી નવી ઉડાન..! સુંદર આકાશમાં મારી આશાભરી ઉડાન. આ સામાન્ય ઉડાન નથી. નિશ્ચિત જગ્યાએ પહોંચવાની એક ઉત્તમ ઉડાન છે. ઇન્તેજારની ઘડીઓ ખૂબ જીવ્યો. હવે હકીકતમાં જીવવું છે. મારું હકીકત એટલે મારી કેસીન અને કિટલ. આ મારી વાસ્તવિક દુનિયા. આકાશ અને પર્વતો અમારી બીજી દુનિયા. અને ભીતર ઉઠતી ભૂખ માટે તરાપ એ અમારી ત્રીજી દુનિયા. બસ, એક પંખી માટે બીજું શું જોઈએ ?

હું ભારે નસીબવાળો છું. કોચલામાંથી બહાર આવ્યો ત્યારથી જાણે મને ઉગરી જવાનું વરદાન છે. ગમે તેવી સ્થિતિમાં સમય મને મજબૂતાઈ આપી દે છે. મારો ઈશ્વર મારી પાસે ગજબના ખેલ કરાવે છે. હું નિમિત્ત રૂપે જીવ્યા કરું છું. પ્રયત્ન પૂર્વક અને ખેંચીને જીવવાનું મને ન પાલવે. પીડાઓમાં પણ સહજ જીવ્યો છું.

ખરેખર ! જીવન વહાવ છે. સૂરજ નિયમિત છતાં અનિયમિત. સદા પ્રસ્તુત છતાં સંતાઈ ગયાની ફરિયાદ સાંભળી પ્રવૃત રહેવાનું. પીડાઓ અસહ્ય રૂપ ધરીને આપણી ફરતે ભલે આંટા લગાવે. એક દિવસ તો એ પરાસ્ત થઈને ચાલી જ જાય છે. ફરીથી ખુશીઓની શરણાઈ બાજવાનું શરૂ થાય છે. સંસારમાં મારા જેવા કેટલાંય જીવો આ ચક્રજાળમાં શ્વસે છે.

ટેકરીઓ હવે દેખાવા લાગી હતી. મારામાં ઉતાવળ હતી. ધડકન થાકથી નહીં મિલનની વેળા કાજે ધબકતી હતી. હું મારા આનંદ સ્થાને પહોંચી

ગયો છું. ઉતરણ કાજે પાંખને ખુલ્લી મૂકી દીધી હતી. ધીમે ધીમે હું મારા કાયમમાં ભરી જઈશ. મારી ગતિ શાંત હતી. મારા ચહેરે ઉત્સુકતા વધતી જતી હતી. મારી આંખો ચકરવકર થઈ અમારી પોતાની ટેકરીને ખોળી રહી હતી.

આજે લીલોછલ પર્વત મને થોડો સૂકો ભાસે છે. હું અહીં રહ્યો છું. મને એ વખત કરતાં આજે સુંદરતા ફિક્કી જણાય છે. 'આ એ જ ટેકરીઓ છે કે ?' મારામાં સંદેહ ઝબક્યો. ઉતાવળમાં હું બીજી જગ્યાએ તો નથી ઉતરી રહ્યો ? પણ મારું વિચારવું ખોટું હતું. આ એ જ મારી ટેકરીઓ હતી. પેલું વિશાળ વૃક્ષ હવે મને દેખાય છે. તેની બાજુમાં પડેલી શિલા એના પર બેસતો. ત્યાં હું અને કૈસીન ઘણી ઘણી વાતો કરતાં હતાં.

જગ્યા તો એ છે. હું વધારે નીચે આવું છું. અહીં ચહલપહલ ઓછી ને નીરવતા વધારે છે. જાતબંધુઓ અહીં ટેકરીએ ટેકરીએ પોતાના સ્વજનોમાં જીવતાં હતાં. રહેવાની જગ્યાઓ દૂર હતી છતાં અમે નજીક હતા. ખરેખર આ ટેકરીઓ જીવવા જેવી હતી. એટલે ત્યાં થોડી ભીડ પણ હતી. આજે એ ભીડ ક્યાંય દેખાતી નથી. મને થોડું અજુગતું અનુભવાય છે. અમારી ટેકરી સૌથી ઊંચી હતી. તેની બાજુમાં પેલી રંગબેરંગી ફૂલોની વેલીઓ વાળી ઊંડી ખીણ હતી. હું એકદમ નજીક આવું છું. ખીણમાં પણ ક્રાંતિ જણાતી નથી. જગ્યા તો એ જ હતી. મારામાં થોડી ફાળ પડી..!

શું થયું હશે અહીં ?

આવું વેરાન કેમ ભાસે છે ?

ચિંતાઓ ઊમડવા માંડી હતી. મારા ચહેરે પ્રશ્નો ઉગી રહ્યા હતા. હું એકદમ નીચે આવું છું. ટેકરીની મારી ગમતી શિલા ઉપર જઈને બેઠો. વિહ્વળતામાં આમતેમ જોયા કરું છું. અહીં મને ભેંકાર ભોંકાઈ રહ્યો છે. મારી કૅસીન કે કિટલ દેખાતાં નથી. મારા ગળામાં વિચિત્ર પ્રકારની ખારાશ વ્યાપી ગઈ હતી. થોડીવારમાં એ ખારાશે મારું ગળું સૂકવી નાખ્યું. શ્વાસની ગતિ વધી રહી છે. હું શૂન્યમનસ્ક બેસી રહ્યો છું. હું આ શું જોઈ રહ્યો છું ?

હજુ આશાભરી નજરે હું અહીં તહીં ભટક્યા કરું છું. મારી અંદરનો અવાજ બહાર આવતો નથી. ફક્ત આંસુ નજીકમાં છે. આંખોની ફરતે આંસુએ પૂરની સ્થિતિ સર્જી દીધી છે. આંખોના કિનારા તોડી નાખતું દર્દ થાય છે. આંખોમાં થોડી ધૂંધળાશ આવી ગઈ છે.

કોને પૂછું ?

મારી કૅસીન ક્યાં હશે ?

મારી રાહમાં અજુગતું અનુભવાય છે. મેં આકાશ સામે કેટલીય વાર જોયા કર્યું. કદાચ એ ઉડાનમાં હોય. બીજું કોઈ બંધુ પણ દેખાતું નથી.

હું હવે રીતસર બૂમો પાડું છું. કૅસીન... કિટલ...!

મારો અવાજ બાજુની ખીણમાં જ સમાઈ ગયો. આજે મારાથી પડઘા જાણે મુખ ફેરવી રહ્યા હતા. મારો અવાજ જાણે અવકાશમાં જ વિખેરાઈ ગયો. કદાચ એ અવાજમાં દર્દ ભરી ગયેલું એટલે તરડાઈ ગયો હશે. હું એક બાજુ બેસી પડ્યો. શું કરું કશું જ સૂઝતું નથી. ત્યાં બેસતાં જ હું ગજબનું રોઈ પડ્યો હતો. જીવનનાં બધાં ડૂસકાં એકસાથે તૂટી પડ્યાં છે. મને શાંત

કરવાવાળું અહીં કોઈ ન હતું. મેં બૂમો પાડીને માત્ર રડ્યા કર્યું. નીતરી રહેલાં ગરમ આંસુઓમાં લોહીની ગંધ ભરેલી હતી.

નર્યો રઝળપાટ ભરેલા દિવસો.

અનાયાસે થોડી સ્વસ્થતા કેળવી હતી. ધોધમાર રડી લીધા પછી વરસાદની જેમ થોડો શાંત હતો. શું થયું હશે ? કોઈ હકીકત મારી પાસે નથી. કોઈ જણાવે એવું'ય નથી. હે ઈશ્વર ! મેં આવું સ્વપ્નમાં પણ વિચાર્યું નહોતું. હું કેટલો ખુશ હતો. કંઈ વાંધો નહીં, હવે હું કેસીન ને શોધવા નીકળી પડું. એ ક્યાંક બીજે રહેવા જતી રહી હોય એવું'ય બની શકે. મારામાં અઢળક શંકાઓ આકાર સજતી હતી. કેટલીક આશાઓ હૃદયને ટાઢક આપતી હતી. એટલે થોડી હિંમત ધરી ઉભો થયો. અજાણપણું જીવવા માટેની આશાબારી છે.

દિવસ હવે આકરો બનવા તરફ હતો. આમ પણ મારા જીવનમાં ટાઢક ક્યાં લાંબી ટકે છે. મારાથી નિસાસો નંખાઈ ગયો. છતાં હું થોડો આશા ભર્યો હતો. ચાલ, હવે થોડી વધારે શોધખોળ કરવી પડશે. એમ કહી મનને મનાવી લીધું. મેં આડેધડ ઉડવાનું શરૂ કર્યું. ઉડાન થોડી નીચી રાખી હતી. ધરતીનો ખૂણે ખૂણે ફરી વળવા માટે..! આકળા થઈ રહેલા સૂરજની સામે લગભગ એકેએક ટેકરીઓ હું ખૂંદી વળ્યો હતો.

એ રંગ બદલાયેલી ટેકરીઓમાં હજુ મારો વિશ્વાસ ફરકતો હતો. હું ઘણા સમયથી ઊડી રહ્યો હતો. હમણાં ક્યાંક મારી કેસીન દેખાશે.! મારો કિટલ દેખાશે.! લગભગ ખૂણે ખૂણો ચોકસાઈ ભરી નજરે મેં જોઈ લીધો હતો.

છતાં મારા કાન એવું સાંભળવા માટે સરવા હતા કે ; "કેસ્ટ્રેલ તું નીચે આવ...અમે અહીંયા છીએ..!"

હું આભાસમાં છેતરાઈ રહ્યો હતો. ધીમેધીમે આશાના કાંગરા ખરી રહ્યા હતા. અગમ્ય પીડાઓ ઘેરી રહી હતી. આંખો સુકીભંઠ થઈ ગઈ હતી. આંસુ વિનાનાં ડૂસકાં ઉઠી રહ્યાં હતાં. હું શું કરી રહ્યો છું તેનાથી હું'ય અજાણ છું. જાણે પાગલપન સવારી કરવા મથતું હતું. થોડાક સમય પહેલાં નવી ચેતનાથી પુષ્ટ થયેલી ચાંચ, પંજા કે પાંખો આજે નબળાઈને સ્પર્શ કરી રહ્યાં છે. પગમાં ગજબનો ફફડાટ છે, ઉચાટ ભરેલું મન મને પાંગળો બનાવી દેશે કે શું ?

અંધકારમાં ધકેલાઈ રહેલો હું. મારી આશાઓ ઉમ્મીદો ઉપર અસંખ્ય કોરડા વીંઝાઈ રહ્યા છે...એકલતાના અને પીડાઓના...વીંઝણા..! કેવી સ્થિતિ આવી કે હું હવે રડી પણ શકતો નથી. એક જગ્યાએ બેસી પણ શકતો નથી.

કોની સામે મારી મૂંઝવણ ઠાલવું ? મારામાંથી જીવંતતા ગાયબ થઈ રહી હોય તેવું લાગતું હતું. શરીરમાં ગઈકાલની ભૂખ નથી. આ ભૂખ કમબખ્ત કેવી છે. ગઈકાલે ભૂખ આનંદ ઉત્સાહને લીધે નહોતી. આજે પીડાઓને લીધે નથી. પહેલીવાર મને આવું રડવું આવે છે. ખબર પણ પડતી નથી..કે હું કેમ રડું છું !?

શું થયું હશે આ ટેકરીઓમાં ?

મારી કેસીન, કિટલ મારું સર્વસ્વ ક્યાં ?

શું થયું હશે તેમને ? તેઓ સુરક્ષિત હશેને ?

મારામાં પ્રશ્નો જ ખડાં થઈ રહ્યા છે...!

આખા દિવસના રઝળપાટ પછી હું ઢળી રહ્યો છું. એક ટેકરી પર બેઠો છું. મને ધરપત નથી. આખા દિવસના અતિશય થાકમાં ભયંકર નિસાસા નાખું છું. શરીરમાં તરસે ફૂંફાટો માર્યો. પરાણે ટેકરી પાસેના સરોવરે જાઉં છું. હું કિનારે જ બેસી પડ્યો. પાણી પીવું છે પણ અફસોસ સરોવરનું પાણી અતિશય દૂષિત હતું. વિચિત્ર પ્રકારની વાસ તેમાંથી આવી રહી હતી. ઈચ્છાઓને તોડી નાખનારો આ સમય હતો. થોડા શ્વાસ હેઠા બેઠા.

પ્રશ્નોની એકધારી વણઝાર અટકતી નથી. સવારથી સાંજ લગી કોઈ જાતબંધુ પણ નજરે પડ્યું નથી. આકાશમાં ઊંચી ઉડાન ભરનારાં આજે ક્યાંક દેખાતાં નથી. એક સાથે બધાં ક્યાં ગાયબ થઈ ગયા હશે ?

હે ! ઈશ્વર મને જાણવા તો દો. લીલીછમ ટેકરીઓને શું થયું ?

હું નિ:શબ્દ થઈ આથમતા સૂરજને તાકી રહ્યો છું. સવારે હું તેના જેવો હતો. અત્યારે પણ તેના જેવો જ છું. આથમી જવાનું ઠીક નથી..પણ કુદરતના ક્રમને સૂરજ પણ અનુસરે પછી મારી શી વિસાત..!? હે ! તારણહાર મને જાણવાનો અધિકાર તો આપ. મને થોડું જાણવા દે..!

મને જાણ છે ત્યાં સુધી મેં કોઈને પરેશાન કર્યા નથી. સૃષ્ટિ ઉપરના પહેલા ડોકિયાથી આજ લગી કોઈને પીડા આપી નથી. કદાચ હું વધારે પીડાયો છું...કશાય વાંક વગર..! મારા જીવનમાં અણધાર્યા વાવાઝોડાં આવ્યા જ કરે છે. હું વેરવિખર થઈ જાઉં છું. અસહાય થઈ જાઉં ત્યાં ફરીથી તમે નવી

આશાઓ જન્માવો છો. આ વખતે પીડા અસહ્ય આપી પ્રભુ..! શરીરના અંગોને તોડી નાખ્યાં એ વખતે પણ આવી પીડાની અનુભૂતિ થઈ નથી.

ભીતર કશુંક ઓગળી રહ્યું છે કે સળગી રહ્યું છે..? હૃદયમાં રુધિરનો દાહ વેધક છે. અંગેઅંગને બાળી નાખશે કે શું ? ક્ષણેક્ષણ ચૂરચૂર થઈ રહ્યો છું. વહારે આવનારનો ઇંતેજાર છે. મારા આયખાના બદલામાં કોઈ મારા પરીવારના સમાચાર કહો. મારી કૅસીન અને કિટલનું ક્ષેમ જાણવા હું તડપી રહ્યો છું.

મને મારી ફાલ્કા યાદ આવી. અસહ્ય પીડામાં મા જ સાંભરે..! તેની છેલ્લી સ્થિતી મારી નજરમાં છે. તેણે દુનિયાને અને અમને આખરી અલવિદા કહી દીધી હતી. પણ મારા ફાલ્કનને મને આમ જ છેતર્યો હતો. તેઓ ક્યાં ગાયબ થઈ ગયા ખબર નથી. તેમની હયાતીની આશાઓ ઉપર પાણી ફરી ગયું હતું. "હે મારી ફાલ્કા ! આજે તારો કૅસ્ટ્રૅલ નિ:સહાય થઈ ગયો છે. એકલો અટૂલો થઈ ગયો છે..મા..! મારે તારા ખોળામાં માથું નાખીને ખૂબ રડવું છે. મા મને તારી ખૂબ જરૂર છે. તું આવ ને..!"

મારી ફાલ્કા તેં આવી વિચિત્ર ઘટના માટે મને કશીજ તાલીમ આપી નથી. તે મને શીખવ્યું હોત તો ? હવે તું જ મારી કૅસીનને શોધી લાવ. મારા નાનકડા કિટલ કાજે તારો કૅસ્ટ્રૅલ જીદ કરે છે. મારી જીદ તું જ પૂરી કરી શકે..!

જીવનની અણધારી હકીકતો આટલી બધી ડરામણી હોઈ શકે ? વાસ્તવનો સ્વીકાર સત્ય છે. પણ વાસ્તવિકતા આટલી બધી કાંટાળી પણ હોઈ શકે !? હવે મારા પ્રશ્નોએ શંકાનું રૂપ ધારણ કરી લીધું છે. આ સ્થિતિ મને

કોળીયો કરી જશે. ઉત્સાહ ઉમંગનાં બણગાં ક્યાંક સંતાઈ ગયાં છે. વાદળોની પેલે પાર ઉડવાની ક્ષમતાઓની વાતો હવે તમે ક્યાં છો.? જાતબંધુઓની સમસ્યાઓ સામે ઝઝૂમવાની હિંમત મને કૅસીનની ભાળ કહો ને..! આસમાનનો રાજા આજે વિવશ થઈ પડ્યો છે. કાળમુખી ટેકરીઓ પણ કશું કહેવા માંગતી નથી. હું તણખલાની પણ સહાયતા ઈચ્છું છું એ પણ ચાલશે..!

મહામહેનતે રાત પડી. રઝળપાટ ટૂંટિયું વાળીને પડ્યો હતો. તેમાં મારૂ અબુધ કલેવર ચોંટેલું હતું. હું કાળનો કોળિયો બની રહ્યો હતો. કશી જ ભૂલ વગર હું આ સ્થિતિમાં આવી પડ્યો છું. હવે વિચારો થોડી દિશા બદલે છે. હવે મને કૅસીન ઉપર ગુસ્સો આવી રહ્યો છે. તેને પણ મારી યાદ આવતી નહિ હોય ? તેને ભાન હોવું જોઈએ કે મારો કૅસ્ટ્રૅલ અહીં આવી કેટલો દુઃખી થશે..? કદાચ મારા વગરનું જીવન તેને ફાવી ગયું હશે કે કેમ ?

હું કૅસીન પર આક્ષેપ કરું છું. હું કેટલો બધો નાલાયક છું. મેં ક્યારે પણ કૅસીન ઉપર ગુસ્સો કર્યો નહોતો. હવે હે ! જુલમી વિચારો મારો પીછો છોડો. મેં તમારૂં શું બગાડ્યું છે !?

કૅસીન, હવે તું તો દયા કર..આવી જા ને તારા કૅસ્ટ્રૅલ પાસે..!

ક્ષણનું સખ્ય.

અસહ્ય અવસ્થામાં રાત પડી હતી. શરીરે અનાયાસે નીંદરના હવાલે થવું પડયું હતું. મારી આંખો મીંચાઈ ગઈ. હ્રદયની શાંત ગતિ અને મારૂં શરીર આરામના હવાલે હતું. અતિશય થાક અને પીડા આખરે ઊંઘની સામે હારી

જાય છે. આરામ પણ શરીરનું ચાલકબળ છે. શરીરની સાથે વિચારોની ગતિ શાંત બની હતી.

થોડી તંદ્રામાં એકાએક મને અવાજ સંભળાયો. નજીક ખળભળાટ થયો. મારી લગોલગ આવીને કોઈ બેઠું છે. તેણે તેની ચાંચ મારી ચાંચને અડકારી. મારામાં થોડી ચેતના પ્રગટી. તેણે મારા કાનમાં કહ્યું : "હું કૅસીન છું. હું આવી ગઈ તારી પાસે. મારા કેસ્ટ્રોલ, આંખો ખોલ." તેણે મને રીતસરનો બાથમાં લઈ લીધો હતો. હું કિટલ ક્યાં છે એ પૂછવા પણ શક્તિમાન નહોતો. બસ, જે થઈ રહ્યું હતું એ અનુભવ્યા કરતો હતો.

એ સુંદર ગંધથી મારામાં થોડો હોશ આવ્યો. તેણે લગભગ મને બેશુમાર ચૂમ્યા કર્યો. મારામાં એકએક ચુંબન તાજગી ભરી રહ્યું હતું. કેટલાય દિવસો પછી હું મારી કૅસીનની છાતીએ વળગ્યો છું. તેની ડોક ઉપર ડોક નાખીને પડ્યો છું. મારામાં ગજબની તાકાત પ્રવેશ કરી રહી હતી. પછી તો મેં પણ કૅસીનને ભીંસમાં લઈ લીધી. હું'ય જાણે વરસવા લાગ્યો હતો. અમારા યુવાની કાળની કામક્ષણો ફરીથી જાગી ઉઠી હતી. હું કૅસીનની માદક ગંધનો દીવાનો હતો. અને અહીં તો કેટલાય દિવસોની જુદાઈ પછીનું મિલન હતું. એ ગજબનું મિલન ફરીથી તીવ્રતાના આવેગો જન્માવી ગયું. ફરીથી ભીનાશ ભરેલાં અમે એકબીજામાં ડૂબી ગયાં હતાં.

સવાર પડી ગઈ હતી. હું હજુ નીંદરમાં જ હતો. મને એક ચમકારો થયો. મેં આંખ ઉઘાડી જોયું. મારા પડખામાં કોઈ નહોતું. મારા આનંદ ખાતર આ રાત કેવું વહી ? સાલી, નઠારી રાત.! હું થોડી શુદ્ધિ સાથે ફરી-ફરી જોઉં છું. કૅસીન ક્યાં છે ? કિટલ ક્યાં છે ?

અરેરે ! આ તો સ્વપ્ન માત્ર હતું. હું છેતરાયો હતો. કૅસીન સાથે જીવ્યાની હરકત મારી સાથે આંખ મીંચામણાં ખેલી રહી હતી. કદાચ મારી કૅસીન મને સ્વસ્થ કરવા, મારા શાંત મનમાં આવીને ભરાઈ ગઈ હતી. મને તો બધું હકીકતે જણાતું હતું. પણ ના..આ સત્ય અને હકીકતથી ખૂબ દૂરની વાત હતી. એ માત્ર સ્વપ્ન હતું કે ભ્રમણા એ પણ હું નક્કી કરવા શક્તિમાન નથી. હું ખિન્ન બની ગયો.

હે યાદો ! તમે ભ્રમણાનું રૂપ ન સજો. તમે નાહકનું રૂપ સજીને કાળજામાં વધારે ઘાવ કરો છો. મારા ઉપર દયા કરો. મારે આવી રીતે કૅસીન સાથે જીવવું નથી. મારે તો તેની સોડમાં જીવવું છે. મારે હકીકત ભરેલું સખ્ય જોઈએ છે. માત્ર ભ્રમ પેદા કરનારું જીવતર મારે મન અઢળક પીડાનો ઢગલો છે. મારી વિનંતીને સ્વીકારજો. હે ! મારી યાદોના દેવ તમે દૃશ્યરૂપ ન બની શકો તો વાંધો નથી. પણ મારા જેવા એકલાની પજવશો નહીં. આપે જો મારા ઉપર કૃપા જ કરવી હોય તો..મારી કૅસીન મને આપી દો. મારો કિટલ મને સોંપી દો..!

એક સાથનો સંયોગ.

બીજા દિવસની મજાક કરનારી સવાર હતી. ભ્રમણામાંથી બહાર આવ્યા પછી હું ખૂબ જ રડ્યો હતો. આ એ જ કૅસ્ટ્રૅલ છે જે હમણાં જ શરીરની પીડાને પરાસ્ત કરી, અંગે અંગને જુદા કરી, નવા અંગો પામ્યો છે. દર્દ અને પીડા જાતે ઊભી કરીને તેની સામે લડીને આવ્યો છે. કૅસ્ટ્રૅલ કાયર નથી, ભડવીર છે. પણ અત્યારે છેલ્લા બે દિવસથી મારી સાથે જે ઘટી રહ્યું છે એ ખતરનાક છે. હું એકદમ ભાંગી પડેલો અને શક્તિવિહીન બની ગયો

હતો. નિ:સહાય હતો. સૃષ્ટિમાં કોઈ એવું નથી જે મને હકીકતથી વાકેફ કરાવે.

મારે માત્ર જાણવું છે; કૅસીન અને કિટલ ક્યાં છે ?

જાતબંધુઓનું શું થયું ?

તેઓ ક્યાં ગાયબ થઈ ગયાં છે ?

એ દિવસે હું માંડ ઊભો થયો હતો. ગઈકાલની રાત્રે કૅસીને થોડી હૂંફ આપેલી એટલે સ્વસ્થ છું. ભલે ભ્રમણામાં કે સપનામાં..તેથી પણ મને થોડું ઘણું ચાલકબળ મળ્યું હતું. મેં તાકાત કરીને થોડી પાંખો ફેલાવી. થોડી હિંમત આવી. પહેલા થોડું પાણી પીવાની તીવ્ર ઈચ્છા થઈ છે. મારાથી થોડે જ દૂર સરોવરમાં હું જાઉં છું. ભલે, દૂષિત તો દૂષિત પાણી વગર હવે નહીં ચાલે. હું ત્યાં પહોંચ્યો ને એક બૂમ પડી.

કૅસ્ટ્રૅલ.. કૅસ્ટ્રૅલ..!

મને નવાઈ લાગી. એ ટાઢક ભરેલી બૂમ હતી. મેં હેરત ભરી નજરે પાછળ જોયું. અહીં મને ઓળખવાવાળું આવ્યું ખરું ! એ કોઈ જાતબંધુ હતું. હું તેના તરફ વળ્યો. તેણે મારી પાસે આવતાં જ ધ્રુસકે ધ્રુસકે રડવા માંડ્યું. મેં એકદમ તેને સોડમાં તાણી લીધો.

"ભાઈ, હું ખૂબ પરેશાન છું. પહેલાં પાણી પીવા દે પછી વાત કરીએ." મેં કહ્યું.

"ના, દોસ્ત ના. આ સરોવરનું પાણી હવે આપણા કામનું નથી. મહેરબાની કરી એ ન પીશો." તેણે કહ્યું.

"અરે દોસ્ત ! આપણે આ સરોવર ઉપર તો વરસો નભ્યાં છીએ. તને ખબર નથી ?"

"તમારી વાત પણ સાચી છે...કૅસ્ટ્રેલ. પરંતુ તમારા ગયા પછી અહીં મુશળધાર વરસાદ થયેલો. એ વરસેલું પાણી થોડું જુદું જ હતું. બે દિવસમાં આપણા પર્વતની લીલોતરી ગાયબ થવા લાગી. વિચિત્ર પ્રકારની વાસ ઉઠવા લાગી હતી. સરોવરના પાણીનો રંગ બદલાવવા લાગ્યો હતો. અમને સમજ પડતી નહોતી. પણ કશુંક બન્યું હતું અજુગતું એટલું સમજાયું હતું." તેણે રડતાં રડતાં કહ્યું.

હું કલ્પી ન શકાય એવું સાંભળી રહ્યો છું ફક્ત અવાચક થઈને..! એ ફરીથી બોલવા લાગ્યો.

"સતત પાંચ દિવસ એ વરસાદમાં અમે ઠુંઠવાયાં. પછી કાતિલ શીતલતા વ્યાપી ગઈ. ત્રણચાર દિવસ એ પાછું નવું વાતાવરણ આવ્યું હતું. અમને સમજાતું ન હતું કે કેમ એકદમ બધું બદલાયા કરે છે ? અમારી પાસે જોઈ રહેવા સિવાય બીજો કોઈ માર્ગ નહોતો. બચ્ચાં થોડાં બીમાર જણાતાં હતાં. આખા પર્વત ઉપર કાલિમા છવાઈ ગઈ હતી. મોટેરાં પણ કશું જ વિચારી શકતાં નહોતા. આવી આફત વિશે એમણે સાંભળ્યું પણ નહોતું. અમે દિગ્મૂઢ બની ગયાં હતાં સૌના ચહેરે ચિંતા અને અચંબો હતો. ખોરાકમાં મન પણ લાગતું ન હતું. પ્રશ્નાર્થ ભરેલા ચહેરે ડર ચોંટેલો હતો. એ ટેકરીઓ અવાચક બની ગઈ હતી." તેણે વિસ્તારથી વાત કરી.

"પછી શું થયું ? મારી કૅસીન..કિટલ..!" મારામાં રઘવાટ વધતો હતો.

"ભાઈ, સૌ જાતબંધુઓ સાથે જ હતાં. આવી પડેલી મુશ્કેલી ખૂબ પીડાકારક હતી. થોડા દિવસ પછી અતિશય તાપ પડવાનો શરૂ થયો. કાળઝાર ગરમીનો કાળોકેર વ્યાપી ગયો. પર્વત જાણે સુકાવા લાગ્યો હતો."

"તું એ કહે મારી કેસીન અને બધાં પંખીઓ ક્યાં છે ?" હું ધરપત ગુમાવી રહ્યો હતો.

"એક દિવસ સૌએ નક્કી કર્યું. અને અનુભવીઓનું સૂચન પણ હતું. આપણે આ જગ્યા છોડી દઈએ. ઠીક જગ્યાએ સ્થળાંતર એક માત્ર માર્ગ છે. કેટલાક બંધુઓ આ સરોવરનું પાણી પીને ઊંચી ઉડાને ગયા તેઓ હજુ પાછાં આવ્યાં નથી. એ કદાચ સ્થળ છોડી ગયા કે દુનિયા અમને કશી જ ખબર નથી." તે બોલ્યો.

"અરેરે ! આવું કેમ થયું. કોઈની પાસે આ આફત સામે પડવાનો રસ્તો નહોતો ? દોસ્ત, મારી કેસીન ક્યાં છે ?" મેં ધીરજ ગુમાવતાં પૂછ્યું.

"કેસ્ટ્રેલ, કોણ ક્યાં ગયું એ હું જાણતો નથી. હું પણ મારી પાંખોના ભારને લીધે વધારે ઊડી શકતો નથી. તેથી અહીંતહીં ભટકું છું. આ સરોવરના પાણીએ મને એકદમ નબળો બનાવી દીધો છે. જો ને, તેનો રંગ કેવો બદલાઈ ગયો છે ? થોડા દિવસ પહેલાં મેં સરોવરમાં ડૂબકી મારી હતી. પછી મારા શરીરનાં પીંછાં ખરી પડ્યાં હતાં. મને ખબર પડી આ સરોવરનું પાણી ઝેરી થઈ ગયું છે. પાણી પીવું પડે એટલે હું પીવું છું. શું કરું.. હું લાંબુ ઊડી પણ શકતો નથી." તેની વાતમાં દર્દ હતું.

"દોસ્ત,હવે શું થશે ? મારી કૅસીનના કોઈ સમાચાર હોય તો મને કહે. મારો નાનકડો કિટલ ક્યાં હશે ? હું એકદમ બેબાકળો થઈ ગયેલો." આટલી મોટી પંખીજાત નિ:સહાય કેમ ?

કોણે નજર લગાવી આ આનંદથી..કશાય કલેશ વગર જીવનારાં પંખીઓ ઉપર..! તેણે ઘણીઘણી વાતો કરી. મારા અહીંથી ગયા પછી જે કંઈ આ લીલીછમ ટેકરીઓ ઉપર થયું તે બધું વિગતે કહ્યું. તે ખૂબ જ ડરી ગયેલો હતો. મેં તેને હિંમત આપી.

હવે મેં નક્કી કરેલું કે જાતબંધુઓની ભાળ મેળવવી પડશે. મારે કૅસીન અને કિટલની શોધ કરવી જ પડશે. આ પીડિત જાતબંધુનો

વિચાર પણ મારે જ કરવો પડશે. મારામાં થોડી હિંમત આવી. હવે જે ઘટના ઘટી ગઈ તેની ચિંતા કરવાનો કોઈ મતલબ નથી. હવે બધાંની શોધ કરવી જરૂરી છે.

મેં નિર્ણય કર્યો. "ચાલ, દોસ્ત આપણે અહીં નથી રહેવું. એવી જગ્યાએ જતાં રહીએ જ્યાં જીવવાના શ્વાસ હોય. ત્યાં પીવાનું શુદ્ધ પાણી હોય. જ્યાં લીલાંછમ વૃક્ષોની છાંય હોય."

"પણ હું કેવી રીતે આવીશ ત્યાં ?" તેણે અસમર્થતા પ્રકટ કરતાં કહ્યું. "તેની ચિંતા તારે કરવાની નથી. જ્યાં સુધી હું અહીં છું ત્યાં સુધી આપણે બંને સાથમાં જ રહીશું. હું થોડો હળવો થયો હતો. મેં તેને પૂછ્યું, તારું નામ શું છે ?

"હું વેલોર છું. આપને હું ઓળખું છું. આપની સાથે વાદળોની ઊંચે ઉડનારાં બાજમાંનો એક છું. હું તમારા કરતાં થોડો નાનો હોઈશ. આ સરોવરે મને પાંગળો બનાવી દીધો છે. આપની એ સાહસની વાતો આજે પણ મને યાદ છે. આપની જુસ્સો ભરેલી વાણી અમારામાં ગજબનો જોશ ભરતી હતી. એ સમયથી હું તમને ચાહું છું." તેણે કહ્યું.

"અરે વાહ ! દોસ્ત મને માફ કર મેં તને ઓળખ્યો નહીં. અત્યારે જે સ્થિતિ આવી પડી છે તેનાથી હું પાગલ બની ગયો છું. મને કશું યાદ રહ્યું નહોતું. મારા પરીવારને જોવા હું તડપી રહ્યો છું."

"આપના શબ્દોના લીધે તો હું આટલો સ્વસ્થ રહી શક્યો. ફરીથી આપે જ મને ઉગાર્યો. હું તમારો આભાર માનું છું..કેસ્ટ્રેલ. તેણે કહ્યું.

"હવે આભાર નહીં. સાથે મળીને જીવવાનો વિચાર કરીએ. ચાલ,

આપણે નીકળી જઈએ." મેં કહેલું.

"પણ હું કેવી રીતે..!" તેને અટકાવી હું બોલ્યો.

"એ મારે જોવાનું છે. હું તને ઊંચકી લઈશ."

મારા શબ્દોથી વેલોર ખૂબ રાજી થયો. મેં તેને મારા પંજામાં સમાવી લીધો. અને શરૂ થઈ અમારી ઉડાન. આજે મારી ઉડાનમાં થોડી સ્વસ્થતા હતી. હવે હું એકલો નહોતો. એક જાતબંધુનો સહારો હતો. હું થોડોક રાજી હતો. થોડી આશા જન્મી હતી..એટલે..!

વેલોર અને હું ખાસ્સા ઉડાન પછી એક ટેકરી ઉપર ઉતર્યા. ખુલ્લા આસમાનની હવાના સ્પર્શથી થોડો આનંદ થયો. ચોખ્ખી હવાએ અમારા

શ્વાસમાં તાજગી ભરી હતી. વેંલોર સ્વસ્થ દેખાતો હતો. હું પણ કોઈ અલૌકિક શક્તિએ સ્વસ્થતા તરફ ખેંચાઈ રહ્યો હતો.

એ દિવસે મેં ચાહીને શિકાર કર્યો હતો. ઘણા દિવસોની ભૂખે આજે માથું ઉચક્યું હતું. હું અને વેંલોર તૃપ્ત થયા. થોડું પાણી પીધું. અહીં તાજગી જણાતી હતી. નિરાંતે ફરીથી અમે પેલા વાતાવરણમાં આવેલા પલટાની વાતો કાઢી હતી. પંખીઓના ત્રસ્ત જીવનની વાતો કરવા લાગ્યા. તેમાં ક્યાંક મારી કૅસીનનો ઉલ્લેખ પણ આવતો. મને એ નામ સાંભળીને જ આનંદ થતો. અને હવે તો નામ સાંભળીને રાજી થવા સિવાય મારી પાસે કશું નથી.

અમે માત્ર ઉડનારાં છીએ. આકાશની સાથે દોસ્તી કરનારાં છીએ. અમારી શિકાર વૃત્તિ ભયાનક છે. પણ એ પ્રકૃતિનો ક્રમ છે. આપણે બધા અહીં નભનારાં છીએ. એકબીજા ઉપર નભનારાં અને જેટલું જીવાય ત્યાં લગી નભી જનારાં છીએ. કોઈ અદૃશ્ય શક્તિના ઈશારે ફક્ત જીવી જનારાં છીએ. ક્યારેય પ્રકૃતિના ક્રમને તોડનારાં થયા તો સમષ્ટિ માટે ખતરો..!

એવી કોઈ સ્વાર્થી ઘટના ઘટી હશે. તેનો કોપ અહીં ઉતર્યો હશે. અમે તો ફક્ત શિકાર બની ગયાં છીએ. અમે શિકારી છીએ એટલે તો આવું નહીં બન્યું હોય..!? કાળનો ગાળિયો કોઈને છોડતો નથી. સૃષ્ટિમાં આનંદ માટે મથનારાં ખૂબ ઓછાં હોય છે. અને જેટલા છે તેમનો પ્રયત્ન કદાચ ઓછો પડતો હશે..! મૂળ વાત સ્વાર્થની છે. એટલો બધો પણ સ્વાર્થ ન કરીએ કે આપણા હાથમાં કશું જ બચે નહીં. ફક્ત પીડાઓ વચ્ચે જ જીવવાનું આવે..!

થોડીક હળવાશ.

હવે રોજ હું આકાશી ઉડાન ભરું છું. ખૂબ ઊંચે જઈને દૂર સુધી જોયા કરું છું. મારી કૅસીનને મળવાની ઈચ્છામાં સહેજ પણ ઉણપ આવી નથી. મારા કિટલને ખૂબ યાદ કરું છું. તેની સાથે ઉડવાની, વાતો કરવાની ઈચ્છા આજે પણ એટલી જ બળવાન છે. ક્યારેક ક્યાંક તેઓ જરૂર મળશે. મને થાય છે મારી ફાલ્કાને જઈ કહી દઉં મારી પીડાઓ..! તેને પૂછું..!

મારાથી કેમ બધાં રીસાઈ જાય છે ?

મને એકલો મૂકીને ચાલ્યા જવાનું કારણ શું ?

મારો શો દોષ ? કે.. હું એકલો જ જીવવા સર્જાયો છું ?

બસ, આટલું જણાવી દો. હું મારી ભીતરમાં સહેવાની તાકાત કેળવી લઉં. બીજું તો હું શું કરી શકું. હું પાંગળો બનું તેવો નથી. સાચું કહું પોતીકાંનો વિરહ જીરવાતો નથી.

હવે મેં થોડું ક્રમબદ્ધ જીવવાનું શરૂ કર્યું છે. સાથે વૅલોર છે એટલે સારું લાગે છે. એકલો રહ્યો હોત તો ભાંગી પડ્યો હોત. અથવા આ દુનિયા છોડી ચાલી ગયો હોત. હે ઈશ્વર ! તારો આભાર માનું છું. તેં મારા માટે વૅલોરને મોકલ્યો. હું અને વૅલોર થોડા સ્વસ્થ છીએ. હવે એ નવી જગ્યાએ અમને ફાવી ગયું હતું. અમારી રાતો મનભરેલી વાતોમાં વહે છે. મારી ફાલ્કા અને ફાલ્કનની વાતો. કૅસીન અને કિટલની યાદો હવે વૅલોરની આગળ ઠલવાય છે. વૅલોર પણ તેના જીવનની વાતો કરી હળવો થાય છે. આમ વહે છે અમારા દિવસો.

એકવાર મેં તેનામાં થોડી પીડા જોઈ. વાત-વાતમાં જાણી લીધું હતું. તેના શરીરની નિર્બળતા વિશે. મારી જેમ તેની ચાંચ અને પંજા હવે અશક્ત થઈ રહ્યા છે.

મેં તેને મારા ગાયબ થયાની વાત કહી. મારી સંપૂર્ણ સ્થિતિ કહી સંભળાવી. તેનામાં જોમ પૂરવાનું સુંદર કામ મને મળ્યું હતું. મેં તેને બેધડક પૂછ્યું. "વૅલોર તું જીવવા માંગે છે ?" એણે માથું હલાવ્યું.

"એમ નહીં, તાકાતથી બોલ" મારા અવાજમાં થોડી કડકાઈ હતી.

"હા, કૅસ્ટ્રૅલ મારે જીવવું છે." તે દમદાર બોલ્યો.

"તો મારી વાત ધ્યાનથી સાંભળ. પીડાઓ સાથે બાથ ભીડવી પડશે. તું કરી શકે તો પછી નવું જીવન હશે..! બાકી રોજ રોજ મરવાની નજીક

પહોંચવું તને ફાવે તો ઠીક."

તેનામાં ચેતના પ્રગટી. તેણે કહ્યું : "શું કરવું પડશે..બોલો તમે ? કહેશો એ બધુંજ મારે કરવું છે. મારે જીવવું છે અને હવે તો આપ મારી સાથે છો. એ ખુશ હતો. તેના ચહેરે મેં આશા જન્મેલી જોઈ."

મેં કહ્યું હતું કે, "મારો દોસ્ત બનીશ ?"

"હા, દોસ્ત છું જ..!"

"ના..તો મને હવે 'તું' કહીને બોલાવ." મેં હળવાશથી કહ્યું.

એ ખૂબ રાજી થઈ ગયેલો. અને મને બાઝી પડેલો. અને કહે છે ;

"તારા જેવો દોસ્ત મળી જાય પછી જીવવું જ પડે ને..! હા હવે હું તને 'તું' જ કહીશ."

અમારી વચ્ચે ગજબનું સાહચર્ય સ્થપાઈ ગયું હતું. આમેય વેલોર મારાથી પ્રભાવિત હતો. હવે તો એ મારો દોસ્ત હું તેનો દોસ્ત. અમારા બંનેના આકાશમાં મારે હવે વેલોરની સાથે ઉડવાનું છે. જુઓને હું કેટલો બધો આશા ભરેલો છું..!

હે ઈશ્વર ! તમે મને કેવો બનાવ્યો છે ? પણ સાચું કહું નિખાલસ પ્રેમમાં જીવવાનો આનંદ જ કંઈક જુદો હોય છે. એ તમને જરૂર જીવંત રાખે છે. ઈશ્વરની સામે પ્રશ્નાર્થ ઉભા કરાવશે. પણ કૃતજ્ઞતા વ્યક્ત કરનારો પણ બનાવશે..! એ આનંદ જીવનનો અમૂલખ ખજાનો છે. અદૃશ્ય ઈશ્વર આપણને જન્મથી લઈ મૃત્યુ સુધી જીરવી લેવાનું અને જીવી લેવાનું શીખવવા માંગતા હશે..! પડકારોની વચ્ચે ઊભા થવાનું શીખવવા માંગતા હશે.! ખબર નહીં હું તો આવું વિચારીને જીવું છું. મારી સાથે જીવનારાંના જીવનમાં આનંદ ભરવાનો નાનકડો પ્રયાસ કરું છું. જીવનનો અર્થ શીખું છું થોડો સંતોષ પણ શીખું છું.

વેલોરની અગ્નિપરીક્ષા.

જીવન થોડું ઠીક ગતિમાં છે. મારી પાસે હવે વેલોરનું સખ્ય છે. એટલે જીવવાના શ્વાસમાં તાજપ છે. મારે હવે વેલોરને પીડા શીખવવાની છે. હું તેને એ નિર્જન પથ્થરો વાળી જગ્યાએ લઈ જાઉં છું. મેં તોડેલી ચાંચ વાળી જગ્યા બતાવું છું. અહીં જે લોહીની સામે સંઘર્ષ માંડેલો તેની નિશાનીઓ

વૅલોરને બતાવી. મેં કેટલાય દિવસનો જીવસટોસટ ખેલ અહીં ખેલ્યો હતો. તારી સાથે તો હું છું. ચિંતા ન કરતો. મેં જે ડર અનુભવ્યો તેનાથી અડધો ડર તારે અનુભવવાનો છે. તારી હિંમતમાં મારી પણ હિંમત ભળી જશે..!

વૅલોર તો એકદમ સ્વસ્થ હતો. એ મને જોઈ જ રહેતો. મારી બધી વાતો ધ્યાનથી સાંભળતો. મારી ઉત્સાહ પ્રેરક વાતોનો જાણે દીવાનો થઈ ગયો હતો.

તેણે કહ્યું : " જો કૅસ્ટ્રૅલ હવે મને સહેજ પણ ચિંતા નથી. મને એટલી ખબર છે, તું કહે એ બધું મારે કરવાનું છે બસ..! એમાં દર્દ છે, અસહ્ય દર્દ છે તેમાં હું પડવાનો નથી. મારે તારી પાસેથી સાહસ શીખવું છે..દોસ્ત."

વૅલોરની વાતોમાં ગજબની સ્ફૂર્તિ હતી. મારા કરતાં પણ વધારે. તે ખૂબ બહાદુર હતો. તે કોઈ પીડાથી ડરતો નહોતો. તેને મારામાં અખૂટ શ્રધ્ધા હતી. મને પણ થતું ગજબનો છે...આ વૅલોર..!

જ્યારે કોઈ બીજામાં આટલો વિશ્વાસ કાયમ થઈ જાય. પછી તેની હરેક વાત 'બ્રહ્મવાક્ય' બની જાય. કંઈક એવું જ એને મારા માટે હતું. આમ બીજાના હ્રદયમાં સ્થપાઈ જવું સરળ તો નથી. મેં મનોમન મને ધન્યવાદ આપ્યા. હું માત્ર કૅસીનના હ્રદયમાં રહેવા માંગતો હતો. આ તો બીજું એક હ્રદય ઓર મળ્યું. મને આનંદ થયો. કૅસીન હોત તો આનંદ અમાપ હોત..!

હું મારા આનંદનો વિચાર ક્યાં કરું છું. હવે વૅલોરની પીડાનો વિચાર કરું. એ જરા દૂર ગયો હતો. મારા કહ્યા પ્રમાણે તેણે ચાંચને પથ્થરો સાથે

અથડાવી હતી. બે ત્રણ ઝાટકામાં તેની ચાંચ તૂટી ગઈ હતી. થોડીવાર દર્દ સહન કરવા એ ત્યાં જ બેસી ગયો. થોડીવારે મારી પાસે આવ્યો. તેનું ચાંચ વગરનું મોઢું જોયું...મને જોરદાર હસવું પણ આવી ગયેલું. હું આવો જ દેખાતો હોઈશ. પણ મને જોવાવાળું કોઈ નહોતું. વેલોરને જોવાવાળો હું હતો.

તેણે મૌન ધારણ કરી લીધું. દર્દ સહેવાની આ સુંદર દવા છે. તેને ફક્ત મારી વાતો સાંભળવાની હતી. હું ખવડાવું એ ખાવાનું હતું. મેં મારા જીવનની કથાઓ માંડી. જન્મ પછી મા એ આપેલી તાલીમની વાતો. મારા ધૈર્યમૂર્તિ અને પ્રેમમૂર્તિ ફાલ્કનની વાતો. કૅસીન આવ્યા પછીની વાતો. ખરેખરું સાહસ શીખ્યાની વાતો. અંતરના અવાજે કહું છું કૅસીને મારામાં શૌર્ય સજાવ્યું હતું. પછી તો જાતબંધુંઓ માટે કશું કરી છુટવાની વાતો. સેવા અને સમર્પણમાં જીવવાની લગની લાગી. મને ફક્ત કૅસીન કહે એટલું કરવાની મજા આવતી. પછી તો આપણે સૌ મળ્યા. સાથે વાદળોની પેલે પાર ઊડ્યાં. આફત સામે લડ્યાં. અને પછી મારી ખુશીઓનો ખજાનો કિટલ આવ્યો. અચાનક મારે પણ દૂર જવું પડ્યું. તારી જેમ મારે જીવવું હતું એટલે..!

વાતો અને યાદોમાં અનાયાસે આંખમાંથી આંસુ ખરી પડ્યાં હતાં.

તેણે મને અટકાવ્યો. અને કહે : "જીવવાનું તો તારી પાસેથી શીખવા મળે છે. હું તારી જેમ જીવવા માંગુ છું."

મેં તેને બોલતાં અટકાવ્યો. "તારે જે કહેવું હોય એ પછી કહેજે. હમણાં શરીરને ખેંચાણ ન આપ. અત્યારે બસ મને સાંભળ." મેં તેના ઉપર

અધિકાર જમાવવા માંડ્યો હતો. તેને પણ એ ગમતું હતું. હવે હક-અધિકાર, રડવું-હસવું, ગુસ્સે થવું અમારી બે વચ્ચે જ સંભવે છે. પણ સાચું કહું, વેંલોર ઉપર ગુસ્સો ન આવે એવો એ સુંદર હતો. એ મારો પાક્કો દોસ્ત હતો.

તેને મેં હળવેકથી મારી ચાંચ વડે થોડું ભોજન કરાવ્યું. હું જેમ કેટલાય દિવસોની ભૂખથી કૃશ થઈ ગયેલો. એવું વેંલોરને નહીં થાય. હું છું ને તેની સેવામાં..! એ ખરેખર મારા જીવનની એકલતાનો આધાર બનીને આવ્યો હતો. તેના માટે હું પણ કંઈક કરવા તૈયાર છું. બસ, હવે એ મારાથી દૂર ન થાય.

વેંલોરને રાત્રે થોડી પીડા હતી. પણ મેં થોડો સંભાળી લીધો. તેને મારી લગોલગ રાખ્યો હતો. મેં તેને સુવાડવાનો પ્રયાસ કર્યો. ખાસ્સા સમય પછી એ સૂઈ ગયો. આજની રાત મારે જાગવાનું હતું. તેને કોઈ વિચિત્ર જંતુઓ પરેશાન ન કરે એટલા માટે. તેને સરસ ઊંઘેલો જોઈ મને મારા જાગરણનો આનંદ થયો. મારા વેંલોરને હવે નવી ચાંચ આવશે. તેના નિસ્તેજ પંજાઓ હવે નવા થશે. તેની પાંખોનો ભાર હળવો થશે. પછી મારો વેંલોર મારી સાથે ઊંચી ઉડાન ભરશે. અમારી વચ્ચે હરીફાઈ થશે. આ વિચારની સાથે મને કિટલ યાદ આવી ગયો. આકાશમાં ગજબની મસ્તી કરવાનું મન તો કિટલ સાથે હતું. કૅસીન ભલે ઝગડત પણ હું કોઈનું ન માનતો.

સારી સવાર પડી હતી. મેં સવારે જ મારી ઉડાન પૂરી કરી દીધી હતી. હવે મારે વધારે સમય વેંલોર સાથે રહેવું પડે તેમ છે એટલે. હું શિકાર પણ કરી

લાવ્યો હતો. હવે આખો દિવસ નિરાંત. આરામ કરવો ગમતો નથી..પણ ક્યારેક આરામ એ જ કલ્યાણ બની રહે છે. મારા માટે નહીં તો બીજાના માટે પણ..! ખરેખર નિરાંત પણ કેવી.!? આ નિરાંત જો કૅસીન અને કિટલ સાથેની હોત તો..? મારી ફાલ્કા અને ફાલ્કન પણ અમારી નિરાંતમાં સહભાગી હોત તો..હું જિંદગીને- આ દુનિયાને છોડી જવાનો વિચાર સુદ્ધાં ન કરતો. ઈશ્વરની સામે ક્યારે બળવો પોકારતા શબ્દો પણ ન બોલતો. ઠીક છે હવે વૅલોરની સાથે નિરાંત..!

ફાંટાબાજ ઈશ્વર બાજને જ પીડા આપતા હશે..? કે સૃષ્ટિનાં સઘળા જીવોને..? ઈશ્વરની મરજી કોને ખબર..પણ બધાંને પોતાની પીડા મોટી લાગતી હોય છે. સૃષ્ટિમાં પીડા વગર તો નવું પેદાશ જ ક્યાંથી થાય..! પીડા તો સર્જનનું મૂલ છે. દર્દ ક્યારેક દવાનું પણ કામ કરે છે. પીડા ભલે આવે આપણને સહેવાની શક્તિ મળે તો ઉત્તમ. ઈશ્વરને એવું તો ન કહી શકીએ કે અમને પીડા જ ન આપો. પણ સહનશક્તિ તો માંગી શકીએ.

દિવસો સડસડાટ વહે છે. એકલતા દુષ્કર છે પણ સહયોગ આનંદ છે. અમે બે બાજ પરસ્પર છીએ. સમયની સાથે વૅલોરને ચાંચ ઊગી. તે ખૂબ સુંદર લાગતો હતો નવી ચાંચથી. પછી પંજાના નહોર નવા થયા. તેની પાંખો ભાર વગરની હળવી થઈ. તેણે પંજાના નહોર તોડ્યા. ત્યારે દર્દનો અવાજ સુધ્ધાં ન આવેલો. વૅલોર ખૂબ વેઠનારો હતો. હવે તેનામાં ચૈતન્ય દેખાતું હતું. અમે બન્ને હવે નવા નક્કોર હતા.

હવે ઉડવાના દિવસો હતા. અમે સરોવરમાં ડૂબકીઓ લગાવતા હતા. વૅલોર ઉત્સાહિત જણાતો. તે મને વારંવાર કહ્યા કરે છે : "તારો ખૂબ

આભાર દોસ્ત. હું આભાર એટલા માટે કહું છું કે મારો દોસ્ત ખૂબ જ મહાન છે. મને ખબર છે તને એ નહીં ગમે. પણ હું મારો અનુગ્રહ છોડી શકતો નથી. તું શક્તિ છે મારા મિત્ર. બીજાનામાં ઉત્સાહ જગાડવા તું પાવરધો છે. તું મડદામાં પણ પ્રાણ પૂરી શકે એવો સમર્થ છે. કાશ, આપણા જાતબંધુઓને મેં અહીં પકડી રાખ્યાં હોત..! તેઓ વિખરાઈ ગયાં કે જાનથી ગયાં કશીજ ખબર નથી. તેઓ આપણી સાથે હોત તો મારો કૅસ્ટ્રેલ બધાંને બચાવી લેતો..!" તેણે મન ફાવે તેમ બોલ્યા કર્યું.

"એવું ન હોય દોસ્ત. હું પણ તારા સહવાસથી જીવું છું. ભીતરમાં આનંદ ભર્યો હોય પણ તેને પ્રગટ કરવા બીજાનું સાંનિધ્ય જોઈએ. દોસ્ત, ખુશીઓ વહેંચવાથી વધે..! એટલે તું છે તો મારો આનંદ જીવે છે. બાકી એકલતામાં તો આનંદ પણ કેટલો સાથ આપે !?" મેં થોડું જીવનનું સત્ય કહ્યું હતું.

જિંદગીના પડાવમાં હું પણ જીવનના મર્મને પકડવામાં રસ દાખવું છું. હવે મારી સામે વિશાળ આકાશ, પ્રકૃતિની અમાપ શક્તિઓ અને મારો દોસ્ત વેંલોર છે. અમે પ્રકૃતિથી તૃપ્ત થઈએ છીએ. આકાશથી આનંદ મેળવીએ છીએ. આ છે અમારા બંનેની જિંદગી..!

એક બીજું બાજ.

અમારા બંનેનું પારસ્પરિક બંધન. શિકાર નોખો કરવાનો પણ મિજબાની તો ભેગી જ કરવાની. ઉડાન અને સરોવરની ડૂબકીઓ તો અમાપ. સતર્કતા પણ એટલી રાખવાની. આફત સામે પ્રતિકાર પણ સાથે જ કરવાનો. હવે અમે બંને બહાદુર છીએ. સરોવરનાં માછલાં અમારામાં

જાણે યૌવન સજાવે છે. સરોવરનું મધ જેવું મીઠું પાણી અમને તરોતાજાં રાખે છે. અમારા રહેઠાણનું સરનામું એક ન હતું. અનિશ્ચિતતા ભરી જિંદગીમાં ક્યાં પાછું રહેઠાણનું મમત્વ કરીએ..! અને સાચું કહું તો મારી કેસીનથી અલગ થયા પછી મને એક જગ્યાએ ફાવ્યું જ નથી.

આજ સુધીની ક્ષણોમાં એક ઇંતજાર હજુ જીવે છે. લગભગ એક વરસ જેવો સમય થવા આવ્યો હતો. હું કેસીન અને કિટલ વગર ભટક્યા કરતો હતો. વેંલોરનો સાથ હતો એટલે જીરવી જવાયું હતું. ખૂબ મોટો સમય વહી ગયો.

ક્યારેક કોઈ શીલા ઉપર બેસતો ત્યારે મારી કેસીન ખૂબ યાદ આવતી. પર્વતમાં ખૂંપેલી શીલાઓની જેમ જ મારામાં કેસીનની યાદો જડાઈ ગઈ છે. શીલાઓ ઉપર પણ મને અકારણ વહાલ ઉપજે છે. હું ત્યાં ઘડીક રોકાણ કરી લઉં છું. ત્યાં કેસીન બેઠી હતી..મારી સાથે અદભૂત વાતો કરતી હતી. એ બધું યાદ કરીને જીવવાના શ્વાસ ભરું છું. પ્રેમનું આવું ઝાપટું આવે એટલે થોડું જીવવા જેવું લાગે છે. તેનાથી મારી આજ નભી જાય છે, થોડી રાત પણ નભી જાય છે. મારી કેસીન જરૂર આવશે એવી આશા બંધાય છે. એ આશા મને ઠેલ્યા કરે છે કે હું ઠેલાઉં છું..ખબર નથી.

આજે વેંલોર એકલો ક્યાંક ગયો હતો. હું એ શીલા ઉપર બેસીને મારી કેસીન સાથે જીવ્યાની પળો વાગોળતો હતો. એકાએક મારી નજર આકાશમાં સ્થિર થઈ. બે બાજ એક સાથે ઊડી રહ્યાં છે. મેં સહેજ ડોક ઊંચી કરી. મન પણ થઈ આવ્યું ત્યાં જવા માટે. પણ મારી યાદોએ મને રોકી રાખ્યો હતો.

કેસીન અત્યારે મારી સાથે હતી. પણ મારું એક મન એવું પણ કહેતું કે, "તું ત્યાં જા ને જોઈ લે. કદાચ એ કેસીન અને કિટલ હોય..! પણ એ સત્ય નહીં હોય. એટલે જ મેં કાળમીંઢ શીલા ન છોડી. એ શીલા મારે મન તો રંગબેરંગી હતી. હું શું કરું છું ? મને સમજાતું નથી. હું આજેય કેસીનના હવાલે છું. ભલે એ મારી યાદમાં તો યાદમાં..એમ પણ હું કેસીન સાથે જ જીવવા માંગુ છું.

એ આકાશમાં ઉડનારાં બે બાજ સહેજ નીચે આવ્યાં. ફરીથી મારી નજર ત્યાં ગઈ. મેં ધ્યાનપૂર્વક જોયું..એ વેલોર હતો. તેની સાથે આ કોણ ઉડી રહ્યું છે ? મને અચરજ થયું અને આનંદ પણ થયો. તેમને ઉડવા દીધું. મને ખાતરી થઈ ગઈ હતી વેલોરની સાથે બીજું બાજ હતું. થોડા વખત પછી અમે મળ્યા.

વેલોરને મેં પૂછ્યું :"કોની સાથે ઉડતો હતો દોસ્ત ?"

"મને જોઈ લીધો તેં ?" તેણે આશ્ચર્યથી કહ્યું.

"હા. કોણ છે એ ?"

"એ સેન્ટી છે. થોડા દિવસ પહેલા મને મળી હતી. તેને મારી સાથે ગમે છે એટલે તેની સાથે થોડી પળો જીવું છું..બસ..!"

"તને ગમે છે..સેન્ટી ?" મેં પૂછ્યું.

"તારાથી વધારે નહીં." તેણે જવાબ આપ્યો.

"જો દોસ્ત, આપણા બે ની વચ્ચે સેન્ટી આવવાથી હું પરાયો થોડો થઈ જઈશ ? તને તેની સાથે ગમે છે, તો તારે બિંધાસ્ત જીવવું જોઈએ." મેં તેને ટપાર્યો હતો.

"પણ મારે તારી સાથે..! તે થોડી ઢીલાશથી બોલ્યો.

"શું મારી સાથે ? જો મિત્ર, આપણો સંબંધ અને તારો અને સેન્ટીનો સંબંધ બંને અલગ છે. સેન્ટી તારા જીવનમાં નવો ઉજાસ પાથરશે. જો જીવવા માટે આવો સુંદર સહારો નસીબદારને મળે..!"

"મને તું પણ જોઈએ છે અને સેન્ટી પણ જોઈએ. શું કરું હું ?"

"હું ક્યાં જવાનો છું ? જો હું પણ તારી સાથે જ છું. તારે મારી સાથે જેવી રીતે જીવવું હોય તેમ જીવ. તારી મરજી મુજબ."

"મને ખબર છે કેસ્ટ્રેલ આપણે જુદાં નથી. પણ મારે સેન્ટીની સાથે રહેવા જવું પડે એ ઠીક નથી. મારે તારી સાથે રહેવું છે. અને હવે હું તારા પરીવારને શોધવા મદદ પણ કરી શકું છું." તેણે કહ્યું.

પાગલ હતો વેંલોર. મારી સાથે રહેવું છે અને સેન્ટી સાથે પણ. ખરેખર વેંલોર નસીબવાળો છે. એકવાર મેં બંનેની સાથે વાતો કરી. સેન્ટી ખૂબ સુંદર હતી. પણ મારી કેસીન જેવી નહીં. એ દિવસે આ પાગલ વેંલોર મારી બાજુમાં આવી બેઠો. સેન્ટી અમારી સામે હતી. અમે વાતો કરતાં હતાં. મારા ધ્યાનમાં આવ્યું મેં તેને ફરજ પાડી સેન્ટી સાથે બેસાડ્યો હતો. મેં જોયું સેન્ટીના મનમાં મારા માટે અહોભાવ છે. વેંલોરે મારા વિશે બધી વાતો કરી દીધી હતી. સેન્ટી મને સન્માનપૂર્વક જોતી હતી.

સેન્ટીની વાતો પરથી ખબર પડી એ બીજા પ્રદેશમાં રહેતી હતી. તેના જાતબંધુઓ સાથે અહીં આવી હતી. અહીં એકલી રહી ગઈ. અહીં વેલોર તેને મળ્યો. બંને વચ્ચે સહચર્ય સ્થપાઈ ગયું. હવે તે તેના પ્રદેશમાં જવા માંગે છે. આ વાતો પરથી મને સમજાયું પેલો પાગલ વેલોર મારી સાથે રહેવાની જીદ કેમ કરતો હતો. સેન્ટી પણ વેલોરને સાથે લઈ જવા માંગતી હતી. આખી વાત મારી સમજમાં આવી ગઈ. હવે મારે કંઈક કરવું જ રહ્યું.

મેં બીજા જ દિવસની સવારથી વેલોર સાથે થોડી દૂરી બનાવવાનું શરૂ કર્યું. પ્રયત્નપૂર્વક હવે મારે એમ કરવું જ પડે તેમ હતું. થોડા દિવસો આમને આમ ચાલ્યું. પછી તો બે ત્રણ દિવસ પણ થઈ જાય જેમાં હું અને વેલોર મળ્યા હોઈએ. મને પણ દૂર જવું ગમતું નથી. એકલતામાં એક સહારો મને મળ્યો હતો. એ પણ હવે છૂટવાનો હતો. અચાનક છૂટી ગયું એ તો સહન કરી લીધું. હવે જાતે છોડવું પડશે.

આ પણ સહેવાનું બાકી હતું. હે ઈશ્વર ! તું કેટકેટલા ખેલ કરાવીશ મારી પાસે. પણ હું'ય ક્યાં ઓછો પાવરધો છું. જન્મ્યો છું તો ભજવી નાખીશ બધાય પાઠ...જે મારા ભાગે આવે. આ પણ ખરી ઘટના આવી. અહીં મારે વેલોરને મજબૂર કરવો પડશે કે.. "તું જા..તારી સેન્ટીના દેશમાં તું ખુશીથી જા. તારો દોસ્ત તારો જ રહેશે. હવે તારા કૅસ્ટ્રૅલની વધારે કસોટી ન કરાવ. મને હવે એકલતા સાથે જીવવું ફાવી ગયું છે. હું ગદગદ થઈ ગયો..મૌન પણ..!

કેટલો સમય વહી ગયો હતો. મારી કૅસીનના કોઈ સમાચાર નથી. કિટલના જન્મનું બાળપણ મારી નજરમાં સ્થિર છે. એ પછી કિટલ કેવડો

મોટો થઈ ગયો હશે..તેની કોઈ જ ખબર નથી. મારી કૅસીન કેવી લાગતી હશે ? કેટલીક યાદો ચહેરા ઉપર ઠંડક છાંટે છે. મંદ મંદ હસવું લાવી દે તેવી યાદો જૂની જ થતી નથી. કાયમ નવી નકોર રહે છે. અને આમેય યાદો સ્થિર હોય છે એટલે એને કાળનો કાટ લાગતો નથી. સ્થિર ઘટનાઓ જીવનની મોંઘી મિરાત છે. સમયના સુંદર પડાવ મસ્તિષ્કમાંથી થીજી જાય છે. તેને જ આપણે યાદો કહીએ છીએ. મારું જીવન યાદોના સહારે તો વહે છે. હકીકતનું જીવવાનું ક્ષણિક ટકે છે. હવે હે ! ખુશીઓ તમે થોડીવાર રોકાવાનું બંધ કરો. હું પંખી છું..તેનો જરા વિચાર કરો.

એકલતા આગળ ચાલે છે.

મારું વર્તન જે કહેતું હતું એ વૅલોરને સમજાઈ ગયું હતું. આમેય સેન્ટી ગજબના આકર્ષણ વાળી હતી. એ વૅલોરને છોડે તેમ નહોતી. વૅલોરે પણ એમ જ કરવું જોઈએ. અને થયું પણ એમ જ, પાંચ દિવસથી વૅલોર મને મળ્યો નથી. તેઓએ ઉડાન ભરી લીધી હતી. એકવાર મને પણ તેમની સાથે જુદા પ્રદેશમાં જવાની ઈચ્છા થયેલી. પણ કૅસીનની યાદોએ અહીં જ રહેવાનો આદેશ કર્યો હતો. હું મારી જિંદગીની નિશાનીઓ ખોળવા માટે અહીં જ રોકાઈ ગયો.

વૅલોર અહીંથી ઊડી ગયો હતો. મારા જીવનમાંથી પણ..! એ મારો કમબખ્ત દોસ્ત પણ યાદ જ બની ગયો. કેટલું બધું કહેતો હતો પાગલ. હું તને છોડીને નહીં જાઉં.. હું તારી સાથે જ રહીશ. ખેર, મેં પણ તેને દૂર જવા કહેલું ને ? હા..પણ કૅસ્ટ્રૅલ હવે એકલો છે. એ વાત સત્ય. અને એ જ હકીકત. હું આકાશમાં નજર કરીને આવું બોલ્યો.."કેમ છો બધા ?" હું મા

અને પા ને યાદ કરું છું. મારી એકલતા તેમને જણાવું છું. મારી કૅસીનને પણ કહું છું આટલો બધો ઇન્તજાર..!?

બસ, કરો બધાં હવે. મને સમજાઈ ગયું છે. મારે આમ જ જીવવાનું છે. નવું જીવન મેળવ્યું પણ સંબંધોની બાબતે એનું એ જ રહ્યું છે. છૂટતાં ગયાં બધાં મારાથી. કેમ એ મને આજ સુધી સમજાયું નથી. આકાશ તું તો રહીશ ને મારી પાસે ? ના તું મને તારી પાસે રાખજે એમ કહું છું..!

આખરે એ શરીર તોડનારી ટેકરીઓ ઉપર હું એકલો જ રહ્યો. તીક્ષ્ણ પથ્થરોના ભયાનક સૌંદર્ય વચ્ચે. આ મારું કાયમી રહેઠાણ. આ મારા જીવનનું સૌંદર્ય. અહીં રહેવાનું બીજું એક કારણ કે બાજુમાં સુંદર સરોવર છે. ક્યારેક કોઈ જાતબંધુ પોતાનું શરીર તોડવા આવે તો હું તેને હૂંફ આપી શકું. હવે મારા જીવનનો અર્થ આટલો જ રહ્યો છે. ક્યાંક કોઈને મદદ કરું અને રાત દિવસ ગણ્યા કરું. મારી કૅસીનને શોધ્યા કરું ને મારા કિટલને વહાલ કર્યા કરું ! ભ્રમણાં જેવું જીવ્યા કરું છું ક્યારેક સપના જેવું..! હવે વાસ્તવે તો મારામાં એકલતા ઠાંસી ઠાંસીને ભરી દીધી છે. અને હું પણ હવે ટેવાઈ જવા લાગ્યો છું.

હવે તો મારા વિશ્વાસમાં થોડાં કાણાં પડી રહ્યાં હોય તેવું લાગે છે. હવે તો પ્રશ્નોથી પણ થાક લાગે છે.

કોને પૂછું ?

કેટલા સવાલ પૂછું ?

કોઈ સાંભળવા પણ ક્યાં તૈયાર છે ?

અને સાંભળે તો જવાબ પણ ક્યાં મળે છે ?

પરિસ્થિતિની પરાકાષ્ઠા ઓળંગાઈ જાય પછી શું ?

મને સૃષ્ટિનો રાજા સમય લાગે છે. સમય દેખાતો નથી. છતાં સમય હવાની સરસરાહટમાં, ધરતીના એકએક કણમાં, સૂરજના એકેએક કિરણમાં ક્ષણ થઈ વ્યાપ્ત છે. એ સૌને કાયમ સધિયારો આપે છે. એક મને કોઈ સહારો આપવા આવતું નથી. મારી કોઈ વિશેષ જવાબદારી હોય તેમ તપાવે છે બધાં..! હું'ય આ જનમની તપસ્યા સમજી જીવી લઉં છું. આમેય તપસ્યા તો એકલાએ જ કરવી પડતી હોય છે. એટલે ફરીથી મારા ભાગ્યનો જય જયકાર કરું છું..તપસ્વી બનીને..!

જીવનના સંઘર્ષોથી એક કલેવર ઘડાય છે. એ થોડું જુદા જ પ્રકારનું હોય છે. થોડું આકર્ષક અને પ્રતિભાવન પણ. એમાં સહજ આપણે જવાબદાર બની જઈએ. પછી શરૂ થાય છે સમાધાન ભર્યું જીવતર. બધાંને બધું આપ્યાં જ કરવાનું. જેને જે જોઈએ તે આપવાનો આનંદ. અને પોતે ક્યારેય ખાલી પણ ન થવાનું. તેમાં અઢળક આવ્યા પણ કરે અને સૌ નભ્યાં કરે. ખરું છે આ જીવન..! મને અસ્ખલિત ઝરણા જેવું લાગે છે.

હું વિચારોને આધીન વધારે થવા લાગ્યો છું. કારણ હવે એકલતા જ મારી પાસે છે. પણ એક વાત ચોક્કસ છે. એકલતામાં જીવવાવાળાની યાદોનો ખજાનો ભરપૂર હોય છે. એ બાબતે એ ધનવાન ખરો..! તેમાં અઢળક વાતો હોય છે. સહપંથીઓ હોય છે. સંબંધોની મૂડી હોય છે. વિચારથી જીવાય છે. એકલતાનો એક માત્ર સાથી વિચાર છે. ક્યારેય ન ખર્ચાઈ જવાવાળી આ મૂડી છે. આપણી સ્મૃતિઓનો અણમોલ ખજાનો..!

મારી સંગાથે કેટલું ચાલશે આ એકલતા ?

અને ક્યાં સુધી મને પણ ચલાવશે ?

હું જીવું ત્યાં લગી આ એકલતા મને ઘસડ્યા કરશે કે શું ?

૫. વૉટ હૅપન

હું જીવી રહ્યો છું.

જીવનની ઘટમાળ સારાં ખોટાં નિમિત્તો લઈને સતત ચાલ્યા કરે છે. આયખામાં ધબકાર બચે ત્યાં સુધીની આ ઘટમાળ છે. કોચલામાં શ્વાસ પૂરાયા ત્યાંથી શ્વાસના ગાયબ થવા સુધીની ઘટમાળ. નિત્યે સપ્રમાણ સૂરજની રફતાર..સાથે ઋતુઓનું ચક્ર. વરસોનું પસાર થઈ જવું અકારણ તો નહીં હોય..! ઈશ્વર અદૃશ્ય હોવા છતાં તેનું નિયમન લાજવાબ રીતે કરે છે.

અસંખ્ય જીવજંતુઓની દુનિયા. પ્રકૃતિનાં અગણિત તત્ત્વો સાથે આકાશની વિશાળતા. સૂર્ય ચંદ્ર તારાઓનું ચમકવું. આમ તો સૃષ્ટિ એટલે ચારેકોર અદ્ભુત છે. યુગોથી અનેકનું અહીં અવતરવું ને પછી ગાયબ થઈ જવું. આ ગાયબ થવાની ઘટના મારા જીવનની સૌથી મોટી પીડા છે. મારી

ફાલ્કા શરીર છોડી ગયાં. મારા ફાલ્કન ચાલ્યા ગયા. મારી કૅસીન અને કિટલનો ક્યાંય પત્તો નથી. અને હમણાં જ એક નાનકડી સેન્ટી આવી. અને મારા વહાલા વૅલોરને લઈને ભાગી ગઈ. કેટકેટલી સુંદર ઘટનાઓ ઘટે છે દુનિયામાં..! પણ મારા માટે સુંદર ઘટનાઓની અછત કેમ ?

હું લાંબો સમય પીડામાં રહું એ શું ઈશ્વરને માન્ય હશે ?

હું મારા જીવનમાં પ્રેમ માટે વલખાં મારું એ ઈશ્વરને ગમતું હશે ?

ખુશી સાથે મારે ખૂબ ઓછો નાતો કેમ !?

છે ને, જોરદાર સવાલો..! આ સવાલો પથરોવાળી ભેખડે અથડાઈને પાછા આવે છે. એ પડઘામાં પણ નરી પીડા હોય છે. પછી મને થાય છે સવાલ જ શું કામ પેદા કર્યો હતો..! હું એકલો પણ છું. પણ મારી પાસે નવરાશ નથી. મારી નવરાશ મેં ઈશ્વર સાથે વાતો કરવામાં વાપરવાનું નક્કી કર્યું છે. હું ઈશ્વર સાથે વાતો કરું છું કે મારી પોતાની સાથે એ હું જાણતો નથી. ફક્ત સમય વહે છે. મારા મનોમન બબડાટથી હું રાજી છું. કોઈ સાંભળે કે ન સાંભળે. હું જેવો છું તેવું વિચારું છું.

એક ઘટના..!

મારું જીવન અનાયાસ ક્રમ બની ગયું છે. નદીની જેમ વહે તેમ વહેવા દેવાનું..! રસ્તો ખોળતી ખોળતી, રૂમઝૂમતી, ઉછળતી કૂદતી નદી સાગરને મળી જાય છે. આખરે નદી સંસારની સઘળી ખારાશમાં ભળી જાય છે. સાગર આખરી મુકામ છે નદીનો એટલે એ પણ શું કરે..! આખરે બધી ખારાશ એક જગ્યાએ તો જરૂર ઠલવાય છે. એકબાજુ સાગર

દુનિયાની ખરાશ સમાવીને જ તો વિશાળતાને પામ્યો છે. એટલે પોતાના સત્ત્વને ઉકાળીને દુનિયાને મીઠાશ આપે છે. ખરી છે, આ ખારાશ વહેવાની અને સમાવી લેવાની ઘટના. ઈશ્વર મહાન છે. જીવનમાં ખારાશ વ્યાપી જાય તો'ય મહાનતા અપાવી દે..!

એ દિવસ મને યાદ છે. મને ખૂબ જ ભૂખ લાગી હતી. મેં સવારે સૂરજની સામે સરોવરમાં ડુબકીઓ લગાવી. તાજગી ભરેલો થઈ ગયો. હવે નિરાંતે ખોરાકની શોધ અને આનંદપૂર્વકનું ભોજન કરવું હતું. મેં ઘાસનાં લીલાં મેદાનો ઉપર ઉડાન ભરી. મારી નજર એક શિકાર ઉપર પડી. દૂરથી જોયું એક સસલું કૂંણું ઘાસ ખાઈ રહ્યું હતું.

મેં નજરનું નિશાન તાક્યું. એકદમ તરાપ માટે નીચે આવું છું. ત્યાં નજર બીજા એક સસલા ઉપર પડી. એ જરા મોટું હતું. પણ મને પેલું નાનું સસલું જોઈતું હતું. નાના સસલા ઉપર તરાપ મારી શિકાર ઝડપી લીધો. મારા નવા નક્કોર પંજાઓમાં શિકાર હવે ત્વરાથી ભરાઈ જતો હતો. એ થોડી દમ ભરેલી વાત છે.

પણ આ શું...અરેરે..!

પેલા નાના સસલાની સાથે પેલું મોટું સસલું બાજી પડ્યું હતું. મારી ઉડાન થોડી ભારે થઈ ગઈ હતી. અમે અમારા કરતાં ત્રણ ઘણું વજન ઊંચકવામાં પાવરધા છીએ. પણ આ બે પ્રાણીઓનું વજન જરા વધારે થઈ ગયું હતું. મારી પાંખોને થોડો થાક લાગ્યો.

હું સહેજ નીચે જોઉં છું. પેલા બચ્ચાનું કલ્પાંત દર્દનાક હતું. જે બચ્ચાને ચોંટી હતી એ તેની મા હશે તેવું લાગ્યું. મને કિટલની યાદ આવી ગઈ..! મેં પળનો પણ વિચાર કર્યા વગર નીચાણે આવવાનું શરૂ કરી દીધું. પેલા મોટા સસલાની તડફટાહટ પણ થોડી વધારે હતી. તેમની કિકિયારીઓ શાંત કરવી છે એવું મન થઈ આવ્યું. એ ઘાસમાં બંને સસલાંને છોડી મૂક્યાં. પછી એ બન્ને સસલાંની ફરતે ઉડાન ચાલુ રાખી. તેમનો ડર હવે હેઠો બેઠેલો જણાતો હતો. મોટું સસલું જે તેની મા હતી એ અહોભાવથી મને જોયા કરે છે. તેનું બચ્ચું તેની સોડમાં હતું. એ દૃશ્ય જોઈ રાજી થવાયું. મન પ્રફુલ્લિત થઈ ઉઠ્યું. મેં શિકાર છોડી મૂક્યો હતો એટલે..? હા એટલે જ.

એ દિવસે મેં એક શીલા ઉપર બેસીને ખૂબ વિચાર્યા કર્યું. "હે ભગવાન ! મેં એક બચ્ચાને આજે છોડી મૂક્યું. મને અઢળક આનંદ થયો. તમે પણ મને કિટલ આપીને ખુશ થાવ ને ? મારી કેસીન મને સોંપીને તમારો રાજીપો રાખો ને..!" વિનંતીઓ પણ કેટલી કરું ? કોઈ મારી વાત સાંભળતું નથી. હવે આ છેલ્લી આશા બચી છે. મારી કૅસીન અને કિટલ મળી જાય બસ. આટલું મારા જીવનમાં બને એટલે હું ધન્ય. મારે બીજું કાંઈ જોઈતું નથી. એકવારના મિલનના બદલામાં મારે જીવ આપવો પડે તો પણ હું તૈયાર છું. આજે મેં શિકાર ન કરવાનું મન બનાવી લીધું હતું. પેલાં સસલાંના ચહેરે આનંદ જોયા પછી તનમાં ભૂખના સંતોષ સાથે મનમાં અનોખી ખુશી હતી.

મારામાં શ્રધ્ધા ઓછી થતી નથી. એ મારી નબળાઈ કે સબળાઈ ? હવે એ પણ સમજાતું નથી. હું આશામાં જીવી રહ્યો છું. કોણ કેટલું સાથે રહે એ

ખબર નથી. થોડો પણ બીજાનો સાથ ગમે છે. જીવવાના કોડ ઠરે છે. પછી એજ કોડ જીવનભરનું દર્દ બની જાય છે. દર્દથી જીવાય કે મરી જવાય ? એ પણ હવે મને સમજાતું નથી. આવી અસમંજસતા આજ થઈ ઉગે છે અને કાલ સુધી લંબાય છે. અને હું પાગલની જેમ તેમાં ખેંચાયા કરું છું.

એકલતા એ લાચારી કે ખુમારી..?

સંસારના રાજા સમય સાથે જીવન વહે છે. તેમાં હું તણખલા જેવડો આમતેમ ફંગોળાઈ જાઉં છું. મારું જીવન તેમાં હજુ વહી રહ્યું છે એ મારું સદભાગ્ય. બાકી જીવવા માટે પણ કોઈના આશીર્વાદ જોઈએ. પણ જીવન કેવું જોઈએ એ બાબતે હું કશું જ કહેવા સમર્થ નથી. મને ઈશ્વર જેમ જીવાડે તેમ જીવું છું. થોડું તૂટ્યો, અથડાયો, કૂટાયો ફરી પાછો ઊભો થયો. અઢળક રડ્યો છું, કોઈએ આંસુ ન લૂછ્યાં એટલે જાતે લૂછીને જાતને સંભાળી લીધી છે. આમ ને આમ હું બળિયો થઈ ગયો. એકલતામાં બળિયા થવાય કે ભાંગી જવાય ? એ ખબર પડતી નથી. 'જીરવી લઈએ તો જીવી જવાય.' એટલું સમજાયું છે.

આ બહાદુરી ખૂબ ભારે ચીજ છે. હું બીજા વગર જીવી જ ન શકું. એટલી હદે પ્રેમપૂર્વક રહેવા માંગતો જીવ છું. પણ આ મમત્વથી પરાસ્ત થતો આવ્યો છું. નિયતિએ મારામાં નરી એકલતા લખી છે.

તાકાત એકઠી કરી ફરીથી અડીખમ ઊભો રહું છું. ઈશ્વરની મરજી મને જીવવાથી નાસીપાસ કરતી નથી. "હે ઈશ્વર ! તમારો આભાર. તમે ફરી

ફરી મને ઊભો કરો છો. મારામાં કયા દ્વારેથી તમે શક્તિનો સંચાર કરો છો. ફરી હું આકાશમાં ઉડનારો બની રહું છું.

હવે આકાશ જ મારું બીજું ઘર બની ગયું છે. આમેય કેસીનને શોધવી છે એટલે ઉડ્યા કરવું જરૂરી છે. કદાચ ક્યાંક તેઓ મળી જાય ? એક વાત નક્કી છે જીવનના બધા આવેગો હવે કેસીન શોધવા મથે છે. હું એ આશાને અમર બનાવી જીવું છું. એ મને જગાડે રાખે છે.

સાંજ પડે છે, રાત પડે છે. એ આશા મને હાથ ફેરવીને સુવાડી દે છે. અને હું પણ ઘેલછામાં ઝડપથી ઊંઘી જાવ છું. ફરીથી શીતલ સવાર મારામાં પ્રવેશે છે. અજવાળાનું તેજ આંખોમાં અંજાય છે. ચારે કોર ઉજાસ પથરાય છે. કુદરતની ઘટમાળમાં અહીં હું એકલો છું પણ લાચાર હરગિજ નથી. આશાવંત છું પણ શંકાશીલ નથી. પીડા ભોગવું છું તેનાથી ભાગતો નથી.

મને પણ ક્યારેક એવું લાગે છે.. હું કેમ આવો છું ? એમાં કલેવર ઘડનારા ઈશ્વરની મતિ હશે. અથવા મને ઘડનારાં મારા માતાપિતાની કેળવણીમાં. હું કેવો ઘડાયો એ બીજો કહે તો ખબર પડે. બાકી મારો અંતરનો અવાજ મને કહે છે : કેસ્ટ્રેલ તું નબળો નથી. તું બાપડો નથી. તું બિચારો નથી. તારા ઉપર દયા ખાવી પડે એવો નિર્બલ પણ નથી. બસ, આ ખુમારી મને જીવાડતી રહી છે.

એ દિવસે એવું થયું..!

એ દિવસે સૂરજ રૂપાળો લાગતો હતો. મને વહાલ કરતો પણ લાગ્યો. સવારમાં થોડી ઉત્સુકતા વધારે હતી. મેં અદૃશ્ય કુદરતની અનુભૂતિમાં

સ્નાન કર્યું. આજે આ સરોવરનું પાણી મને હૂંફાળું લાગ્યું. સરોવર મને એકલો જાણીને હુંફ આપતું હોય તેવું લાગ્યું. પાંખો ખંખેરી નાખી. થોડો સ્વસ્થ થયો. આજે ખીણના માર્ગે ઉડાન પકડી.

એ ખીણોમાં ફરીથી રંગો પ્રગટ્યા હતા. હું પહેલીવાર કેસીનને મળવા ગયો હતો ત્યારે એ ફૂલોની ખુશબો પાંખમાં ભરી હતી. આ એજ ઋતુ હતી જેમાં અનેક ફૂલો ઉગડ્યાં હતાં. આજે અનાયાસે મેં ખુશ્બુ ભરેલાં ફૂલો સાથે ઘસડાવાની હરકત શરૂ કરી. આજે કદાચ હું મારા કહ્યામાં નહોતો. હું દોરવાઈ રહ્યો હતો. મને એવું થઈ આવ્યું...દોરવાઈ જા કેસ્ટ્રેલ. કદાચ ઈશ્વર તને કેસીન અને કિટલનો મેળાપ કરાવવા માંગતા હોય..! આ વિચારે તો મને વધારે પાગલ બનાવી દીધો.

હું આજે થોડી વિચિત્ર હરકતે હતો. ખીણમાં છેક તળિયા સુધી ઉડાન ભરી. ત્યાં થોડીવાર રોકાયો હતો. પર્વતોની વચ્ચે ધરતીના ઊંડાણે બેઠો હતો. ઉપર આકાશ જોયું. મારા જીવનનો આ પહેલો અનુભવ હતો. આકાશ તો માત્ર ખીણને ઢાંકી શકે એવડું જ છે..! મને અચંબો થયો, પછી ખીણની અને મારી સંકીર્ણતા ઉપર હસવું આવ્યું.

અહીં ખૂબ સારું લાગતું હતું. હું એકેયવાર મારી કેસીન સાથે અહીં આવ્યો નહોતો. અફસોસ થયો..આટલી સુંદર શીતલતા વચ્ચે ન જીવ્યાનો. પહેલીવાર ત્યાં ઝરતું ઝરણું જોયું. મધ જેવું મીઠું પાણી પીધું. મને વારંવાર રંજ થઈ રહ્યો હતો. આ જગ્યાએ હું પહેલા કેમ ન આવ્યો ? જાતબંધુઓ સાથે હોત તો હું આજે જ તેમને આ જગ્યા બતાવતો.

સુંદર અને શીતળ ખીણની ઊંડાઈએથી મેં ઉપર જોયું. કેટલાંક પંખીઓએ ત્યાં સુંદર માળા સજાવ્યા હતા. રંગબેરંગી ફૂલોના શોખીન પંખીઓ અહીં મધુરો કલરવ કરતાં હતાં. આજે મને અદ્ભુત આનંદ થયો. અહીંની માટીની ખુશ્બુ જુદી જ હતી. મને મારો લાંબો રઝળપાટ યાદ આવ્યો. હું અહીં આવ્યો હોત તો પીડામાં ઘણી રાહતનો અનુભવ કરતો. પવનની લહેરખીઓ અહીં ખુશ્બુદાર બનીને ઘૂમતી હતી. એમ કહું અહીં ઘણું બધું જીવવા જેવું હતું. તનને અને મનને ગમે એવું ઘણું હતું અહીં..! હું આજે ઘણા સમયે આટલો રાજી થયો.

મેં થોડાં કૂંણાં ફૂલ ચાખ્યાં. કેટલાક ફળો તેના લાલ ચટ્ટાક રંગથી મને આકર્ષતાં હતાં. અહીં મેં થોડાં ફળ પણ ચાખ્યાં. ખરેખર મજા આવી. ખાવાની વસ્તુઓ કેટલી બધી છે આ દુનિયામાં. એ પણ મને આજે સમજાયું. મેં ત્યાર પછી તૃપ્તિ ભરેલી ઉડાન ભરી. હું એકદમ સૂકો થઈ ગયેલો. સરોવરનું પાણી હવે પીંછાંમાં નહોતું. દિવસની ગતિ ચડતી જતી હતી. આજે મને ભૂખ નથી, હું તૃપ્ત હતો.

આજે મન ભરીને આકાશમાં ઉડ્યા કર્યું. પછી મારું મમત્વ જડેલી ટેકરીઓ યાદ આવી. ધરતી ઉપર મારાં કહેવાતાં બાજની યાદો વિખેરાયેલી હતી. મારા કિટલના જન્મની ક્ષણો ત્યાં પડેલી હતી. બધી દૃશ્યરૂપ ઘટનાઓ આકાર સજી રહી હતી. મેં નીચે ઉતરણ કર્યું. મને નિરાશાએ ઘેરી લીધો. અહીં મારું કોઈ નથી એવું આજે કેમ લાગે છે. મા ને કંઈક અથડાયા પછી અહીં જ પડી હતી. એ જગ્યાએ આનંદ ક્યાંથી આવે..! એ આકાશની ભયાનક ઘટના મને યાદ આવી ગઈ. મારી આંખોમાં ધૂંધળાશ છવાઈ

ગઈ. આંસુઓનાં બુંદ ખરી પડ્યાં. હું એકદમ ઢીલો પડી ગયો હતો. પછી તો એ મારાં ચારેય વહાલાંએ મને ઘેરી લીધો. તેઓ ખડખડાટ હસતાં હતાં. તેમનું હસવું મને ગમતું નહોતું. તેઓ આજે મારી સામે આવું અટ્ટહાસ્ય કેમ કરે છે..! મને ચક્કર જેવું લાગ્યું. માથામાં અસહ્ય દુખાવો થયો.

થોડીવાર ભ્રમણાનું તાંડવ મને પરેશાન કરે છે. હું બેસી પડ્યો. એ ઘટનાને પી ગયો. તેઓ ક્યાં અહીં છે ? આ તો તેમની યાદો છે. પણ મારી કૅસીન આમ મારા ઉપર હસે ખરી ? ના એવું હરગિજ ન બને. થોડા ઊંડા શ્વાસ લીધા. ફરીથી આકાશમાં જોઉં છું. આજે મારું મમત્વ ક્યાંક ખોવાઈ રહ્યું હતું. મનમાં કશુંક મક્કમ આકારીત થઈ રહ્યું હતું. મારી ફાલ્કાને શું અથડાયું હશે ? બસ, આજે તેનો તાગ મેળવ કૅસ્ટ્રેલ..! જા ઊડ.. આજે એ ભયાનકતાને ખોળી કાઢ.! જે તારી ફાલ્કાને અથડાઈ હતી. મારી ભીતરના શ્વાસ થોડા કઠોર થઈ રહ્યા હતા. જા કૅસ્ટ્રેલ જા..ઉડાન ભર..! આવા અવાજો જોર જોરથી સંભળાઈ રહ્યા હતા. મેં એ અવાજનું કહેવું માનવાનું નક્કી કર્યું. મારી ઉડાન નિશ્ચિત કરી.

ઉડાન પહેલાં શરીરમાં ગજબની તાકાત સ્ફૂરી રહી હતી. મેં પંજાઓને હલાવી નાખ્યા. પાંખોને ફફડાવી લીધી. હું તૈયાર હતો, આજે ભયાનકતાની સામે ઊભા રહેવું છે. નિર્ધાર પાંખોમાં ભરાયો છે. હું ગજબની તાકાતથી ઊડું છું. ઊંચે ને ઊંચે બસ..! મારી નજર હવે આકાશ તરફ જ છે. નીચેની દુનિયા મેં હવે છોડી દીધી છે. એ સરોવર, પર્વતો, ઘાસનાં મેદાનો અને ખીણના સૌંદર્યને છોડીને હું અઢળક ઊડી રહ્યો છું.

આજે મારે તાગ મેળવવો છે. અસહ્ય પીડાને પરાસ્ત કરી દેવી છે. આજે મારે સૌથી ઊંચી ઉડાન ભરવી છે. વાદળોને વીંધીને તેની પેલે પારની દુનિયા મારે જોવી છે. આજે મારું મન આટલું બધું મક્કમ કેમ એ પણ સમજાતું નથી. આજે મારું તન અને મન એકબીજામાં ભળી ગયાં છે. આજે હું અટકવાનો નથી.

હે ઈશ્વર ! તમે આકાશમાં ક્યાં છો ? તમને ખોળી દેવા છે. આજે એ પણ થઈ જાય. આપની પાસે આવીને સાચે સાચું તો જાણી લેવાય..! મારી ઉડાન તેજ થઈ રહી છે. ચારેકોર આકાશ જ આકાશ છે. અહીં અદ્ભુત લાગે છે બધું..! આજે હું કેટલું બધું ઊંચે ઊડી રહ્યો છું.

જાતબંધુઓમાંથી કોઈ આટલે દૂર આવ્યું નહીં હોય. મારા ફાલ્કન પણ નહીં. આ એક ઐતિહાસિક ઉડાન બની જશે. હજુ મારામાં થાક નથી, ઉત્સાહ છે. આજે કશુંક ખોળી કાઢવાનો અજંપો છે. આજે મારી ઉડાન મને જાદુઈ લાગે છે. હું બસ ઊડી રહ્યો છું...બસ ઊડી રહ્યો છું. ક્યાંય જોયા વિના બસ, આસમાનનાં આખરી રહસ્યો સુધી આજે ઊડ્યા કરવું છે..!

હું ક્યાં છું..?!?

મારી ઉડાનની ગતિમાં એકાએક ઝાટકો આવ્યો. હું એકદમ આકાશમાં ખેંચાવા લાગ્યો. મને સમજાતું નથી આ શું થઈ રહ્યું છે ? મારી પાંખો હવે મારા કહ્યામાં નથી. મારું આખું શરીર પણ..! ત્યાં એકદમ નીરવ શાંતિનું સામ્રાજ્ય હતું. આજુબાજુ એક જ રંગ. દૂર દૂર તેજ પ્રકાશનો ઝગમગાટ દેખાય છે. તેનો આકાર ગોળા જેવો હતો. દૂર દૂર બીજા બે ત્રણ ગોળાઓ

નજરે પડે છે. નીચે હરિયાળી જ દેખાય છે. દૂરથી જાણે પેલી લીલીછમ ટેકરીઓ જેવું ભાસે છે.

અહીં કશો જ અવાજ નથી. મારો અવાજ પણ ક્યાંક શોષાઈ જાય છે. અહીં કંઈ અથડાય એવી કોઈ વસ્તુ નથી. હવે તો હું ફક્ત તરતો હોય એવું લાગે છે. આમ તેમ ફંગોળાતો રહ્યો છું. નીચે અવાતું નથી. હું એકદમ શાંત બની ગયો હતો. ત્યાં નવું અચરજ હતું. અલૌકિક દુનિયાની અસરો સમજી શકાતી નથી. મને ડર નથી, ખૂબ સારું લાગે છે. મારામાં ફક્ત વિચાર ઊઠે છે અને હ્રદયમાં ધબકાર ઊઠે છે. તેનો મંદ અવાજ પણ શાંત થઈ રહ્યો છે. અહીં પ્રયત્નપૂર્વક હું કશુંજ કરી રહ્યો નથી. અવકાશમાં બસ તર્યા કરું છું..! હું ક્યાં છું એ હવે સમજવું નથી. મને એવું લાગે છે હવે ઈશ્વર જરૂર આવશે..! તેમના આવતાં પહેલાં કદાચ આવું બધું થતું હશે..! એ આવે પછી મારી વાત શરૂ કરીશ. બધું સમાધાન આજે થઈ જશે. મારી ફાલ્કા ક્યાં છે ? મારા ફાલ્કન ક્યાં ગયા છે ? મારો કિટલ અને કેસીન ક્યાં છે ? જલદી બતાવો મને. મારી અધિરાઈ વધે છે. હું એકદમ ધ્યાનમગ્ન અવસ્થાએ પહોંચી ગયો છું. આવું પહેલીવાર અનુભવી રહ્યો છું. કશા પ્રયાસ વગરની હરકતો છે અહીં. હવે એકમાત્ર ઈશ્વરનો ઇન્તેજાર છે. તેઓ આવે એટલે વાત આગળ ચાલે. ત્યાં સુધી અજાયબ દુનિયામાં મારા શ્વાસ ચાલી રહ્યા છે.

અહીં મને એકલતા સમજાય છે. ત્યાં એકલતાનું નાનકડું રૂપ હતું. હું તેને ખૂબ સંભળાવતો એટલે આજે ખરી એકલતા મારી સામે આવી. અહીં જુઓ કશું જ નથી. ન રંગ, ન ગંધ, ન અવાજ કશું જ નથી. ફક્ત નીરવ શાંતિ

છે. અહીં શ્વાસ પણ ક્યાં લગી ટકે કહેવાય નહીં. બસ, ઈશ્વર આવી જાય પછી કંઈ વાંધો નથી. જેમ થવાનું હોય તેમ થાય. આવ્યો છું તો મન બનાવીને જ..!

અહીં મારી કૅસીન કે કિટલ ન પહોંચી શકે. મારા ફાલ્કન પણ ન પહોંચી શકે. ફક્ત મારી મા પહોંચી શકે. કદાચ ઈશ્વર તેમની સાથે મારી ફાલ્કાને લઈને આવે તો કેવું સરસ ! હું તેને બાઝી પડી ધોધમાર રડી નાખું. હજુ તેના ખોળામાં સૂવાના કોડ ક્યાં શમે છે ? તેની ભીતર ઉઠતા તેના કૅસ્ટ્રૅલની મહાનતાના પડઘા મેં ઝીલ્યા છે. જીવનભર તેના અંતરમાં ઉઠતી ઉત્કંઠાઓ મેં પૂરી કરી છે. લે, તારો કૅસ્ટ્રૅલ મહાન થઈ ગયો. પણ એકલો અટૂલો..! આખી કાયનાતમાં કોઈ અહીં સુધી પહોંચ્યું નહીં હોય..!

"મા તારો કૅસ્ટ્રૅલ તને શોધવા અહીં સુધી પહોંચી ગયો. તું વિશ્વની સુંદર મા છો. તું ઈશ્વરની સાથે આવે છે ને ? બહુ વાર ન કરો..! હવે ધીરજ ઓછી છે મારામાં..! આજે મારે બધી જ ધીરજ વાપરી નાખવી છે. મેં સમયનું સામ્રાજ્ય જોયું છે. એ સૂરજનું રૂપ લઈને રોજ આવતો. એ અખૂટ છે પણ અહીં મારું અચરજ ખૂટી રહ્યું છે. અહીં મારો સમય ખૂટશે એવું લાગે છે. શ્વાસ પણ થોડાક જ છે. અહીં પ્રકાશ સપ્રમાણ છે. બધું જ અદૃશ્યના નિયંત્રણમાં છે. માત્ર હું નિયંત્રિત નથી. અહીં આપણાં નિયંત્રણો ચાલે તેમ પણ નથી.

મારી આંખો ઘેરાવા લાગી છે. ધરતી ઉપરની યાદોએ મને કહ્યું હતું : 'અમે છેલ્લીવાર ઝબકારો કરીએ છીએ. મારી કૅસીન, કિટલ અને ફાલ્કન સાથે પ્યારી મા યાદોમાં ફરક્યાં હતાં. હવે અહીં તેમનો કૅસ્ટ્રૅલ પણ ફરકતો

નથી. એ ઈશ્વરના આવવાની રાહમાં એકદમ શાંત થઈ ગયો છે. ખૂબ જ વિચાર કરતો કેસ્ટ્રેલ આજે શાંતિની ગોદમાં છે. પરાક્રમ ભરેલી તેની પાંખો. તેના મજબૂત પકડવાળા પંજા. તેની તીક્ષ્ણ ચાંચ બધું સ્થિર થઈ રહ્યું છે. કદાચ ઈશ્વર ત્યાં આવી પહોંચ્યા હતા..!

એ કેસ્ટ્રેલની આખરી ઉડાન હતી..! સંઘર્ષ ભરેલી જિંદગી આકાશમાં જ અટવાઈ પડી. કેસ્ટ્રેલની એ લાજવાબ ઉડાન અવકાશમાં વિખેરાઈ ગઈ..! એ કેસ્ટ્રેલની સૌથી ઊંચી ઉડાન હતી..!

It's not a book only. It's a voice of Heart.
એક નાનકડું પંખી.

www.ingramcontent.com/pod-product-compliance
Lightning Source LLC
LaVergne TN
LVHW041944070526
838199LV00051BA/2894
* 9 7 8 9 3 6 4 5 2 8 8 3 2 *